Mastering Salsa Choreography: Techniques and Tips for Learners

సాల్సా నృత్యరీతిని నేర్చుకోండి: నేర్చుకునేవారికి పద్ధతులు మరియు చిట్కాలు

Subba Rao

Copyright © [2023]

Title: Mastering Salsa Choreography: Techniques and Tips for Learners

Author's: Subba Rao

All rights reserved. No part of this publication may be reproduced, stored in a retrieval system, or transmitted in any form or by any means, electronic, mechanical, photocopying, recording, or otherwise, without the prior written permission of the publisher or author, except in the case of brief quotations embodied in critical reviews and certain other non-commercial uses permitted by copyright law.

This book was printed and published by [Publisher's: **Subba Rao**] in [2023]

ISBN:

TABLE OF CONTENT

Chapter 1: Foundational Steps and Body Mechanics   10

- The Basics: Footwork, Timing, Body Awareness
- Posture and Balance: Finding Your Center
- Building Rhythm: Counting and Musicality
- Turns and Spins: Adding Flair and Elegance
- Footwork Variations: Stepping Beyond the Basics

Chapter 2: Connecting with Your Partner   21

- Lead and Follow: Understanding Roles and Communication
- Body Language and Connection: Signaling and Responding
- Adapting to Different Partners: Finding the Flow
- Partnerwork Footwork: Synchronicity and Flow
- Creating Chemistry on the Dance Floor: Confidence and Playfulness

Chapter 3: Expanding Your Repertoire   32

- Shines and Footwork Combinations: Adding Flavor to Your Steps
- Turns and Spins with Variations: Leveling Up Your Twirls
- Transitions and Footwork Links: Smooth Flow Between Steps
- Partnerwork Combinations: Dancing as One
- Adding Flavor: Styling and Musical Interpretation

Chapter 4: Mastering the Essentials   42

- Footwork Refinement: Precision and Control
- Musicality and Timing: Dancing to the Beat
- Body Movement and Expression: Bringing Your Dance to Life
- Posture and Balance Mastery: Finding Strength and Grace
- Confidence and Performance: Shining on the Dance Floor

Chapter 5: Intermediate Choreography and Beyond   52

- Learning Choreography: Breaking Down the Steps
- Practicing with Purpose: Efficient and Effective Drills
- Adding Musicality and Style to Choreography
- Improvisation and Creativity: Adding Your Own Flair
- Preparing for Performance: Confidence and Stage Presence

Chapter 6: Salsa Styles and Variations   62

- Exploring Different Salsa Styles: Cuban, On2, LA, etc.
- Footwork and Technique Variations: Adapting to Different Styles
- Partnerwork Styles: Connecting across the Spectrum
- Finding Your Signature Style: Expressing Yourself through Dance
- Expanding Your Horizons: Learning New Styles and Technique

విషయ సూచిక

అధ్యాయం 1: ప్రాథమిక దశలు మరియు శరీర డైనామిక్స్

- ఆధారాలు: ఫుట్‌వర్క్, టైమింగ్, శరీర అవగాహన
- భంగిమ మరియు బ్యాలెన్స్: మీ కేంద్రాన్ని కనుగొనడం
- రిథమ్‌ను నిర్మించడం: లెక్కింపు మరియు సంగీతత్వం
- టర్న్స్ మరియు స్పిన్స్: ఫ్లెయిర్ మరియు ఎలిగన్స్ జోడించడం
- ఫుట్‌వర్క్ వైవిధ్యాలు: ఆధారాలకు మించి ప్రయాణం

అధ్యాయం 2: మీ భాగస్వామితో కనెక్ట్ అవ్వడం

- లీడ్ మరియు ఫాలో: పాత్రలు మరియు కమ్యూనికేషన్‌ను అర్థం చేసుకోవడం
- శరీర భాష మరియు కనెక్షన్: సిగ్నలింగ్ మరియు స్పందించడం
- వివిధ భాగస్వాములకు అనుగుణంగా: ప్రవాహాన్ని కనుగొనడం
- భాగస్వామ్య ఫుట్‌వర్క్: సమకాలికత మరియు ప్రవాహం
- డాన్స్ ఫ్లోర్‌పై రసాయన శాస్త్రాన్ని సృష్టించడం: ఆత్మవిశ్వాసం మరియు ఆటపాట

అధ్యాయం 3: మీ పరిధిని విస్తరించడం

- షైన్స్ మరియు ఫుట్‌వర్క్ కలయికలు: మీ దశలకు రుచిని జోడించడం
- వైవిధ్యాలతో టర్న్స్ మరియు స్పిన్స్: మీ టర్న్‌లను సమం చేయడం
- ట్రాన్సిషన్‌లు మరియు ఫుట్‌వర్క్ లింకులు: దశల మధ్య సున్నితమైన ప్రవాహం
- భాగస్వామ్య కలయికలు: ఒకటిగా నృత్యం చేయడం
- రుచిని జోడించడం: స్టైలింగ్ మరియు సంగీత వ్యాఖ్యానం

అధ్యాయం 4: అవసరాలను నేర్చుకోవడం

- ఫుట్‌వర్క్ రిఫైన్‌మెంట్: ఖచ్చితత్వం మరియు నియంత్రణ
- సంగీతత్వం మరియు టైమింగ్: బీట్‌కు నృత్యం చేయడం
- శరీర కదలిక మరియు వ్యక్తీకరణ: మీ నృత్యాన్ని జీవనం తీసుకురావడం
- భంగిమ మరియు బ్యాలెన్స్ నైపుణ్యం: బలం మరియు గ్రేస్‌ను కనుగొనడం
- ఆత్మవిశ్వాసం మరియు ప్రదర్శన: డాన్స్ ఫ్లోర్‌పై మెరిసే

అధ్యాయం 5: ఇంటర్మీడియట్ కొరియోగ్రఫీ మరియు అంతకు మించి

- కొరియోగ్రఫీ నేర్చుకోవడం: దశలను విడదీయడం
- ప్రయోజనంతో ప్రాక్టీస్ చేయడం: సమర్థవంతమైన మరియు ప్రభావవంతమైన డ్రిల్స్
- కొరియోగ్రఫీకి సంగీతత్వం మరియు శైలిని జోడించడం
- ఇంప్రొవైజేషన్ మరియు సృజనాత్మకత: మీ స్వంత ఫ్లెయిర్‌ను జోడించడం
- ప్రదర్శనకు సిద్ధం: ఆత్మవిశ్వాసం మరియు స్టేజ్ ప్రెజెన్స్

అధ్యాయం 6: సాల్సా శైలులు మరియు వైవిధ్యాలు

- వివిధ సాల్సా శైలులను అన్వేషణ: క్యూబన్, On2, LA, మొదలైనవి.
- ఫుట్‌వర్క్ మరియు టెక్నిక్ వైవిధ్యాలు: వివిధ శైలులకు అనుగుణంగా మార్పు
- భాగస్వామ్య శైలులు: స్పెక్ట్రమ్‌లో అంతటా కనెక్ట్ అవ్వడం
- మీ సంతకం శైలిని కనుగొనడం: నృత్యం ద్వారా మీరే వ్యక్తీకరించడం
- మీ హ горизонтలను విస్తరించడం: కొత్త శైలులు మరియు టెక్నిక్‌లను నేర్చుకోవడం

Chapter 1: Foundational Steps and Body Mechanics

అధ్యాయం 1: ప్రాథమిక దశలు మరియు శరీర డైనామిక్స్

ఆధారాలు: ఫుట్‌వర్క్, టైమింగ్, శరీర అవగాహన

పరిచయం

బాస్కెట్‌బాల్ అనేది ఒక ఆసక్తికరమైన, ఫిట్‌నెస్‌ను అందించే క్రీడ. ఈ క్రీడలో విజయం సాధించడానికి, ఆటగాళ్ళు కొన్ని ఆధారాలను అభివృద్ధి చేయాలి. ఈ ఆధారాలు ఫుట్‌వర్క్, టైమింగ్ మరియు శరీర అవగాహన.

ఫుట్‌వర్క్

ఫుట్‌వర్క్ అనేది ఆటగాడి అడుగుల కదలికలను సూచిస్తుంది. మంచి ఫుట్‌వర్క్ కలిగిన ఆటగాడు కోర్టులో సమర్థవంతంగా తిరుగుతూ, డ్రిబిల్ చేస్తూ, షాట్ చేస్తూ ఉంటాడు.

మంచి ఫుట్‌వర్క్ అభివృద్ధి చేయడానికి, ఆటగాళ్ళు ఫుట్‌వర్క్ డ్రిల్‌లను చేయాలి. ఈ డ్రిల్‌లు ఆటగాళ్ళకు వారి అడుగుల కదలికలను నియంత్రించడం మరియు కోర్టులో సురక్షితంగా ఉండటం నేర్పిస్తాయి.

టైమింగ్

టైమింగ్ అనేది ఆటగాడు ఒక చర్యను ఎప్పుడు చేయాలో తెలుసుకోవడం. మంచి టైమింగ్ కలిగిన ఆటగాడు డ్రిబిల్‌ను నిలిపివేయడానికి, షూట్ చేయడానికి లేదా రిబౌండ్‌ను పట్టుకోవడానికి సరైన సమయాన్ని ఎంచుకుంటాడు.

మంచి టైమింగ్ అభివృద్ధి చేయడానికి, ఆటగాళ్ళు టైమింగ్ డ్రిల్‌లను చేయాలి. ఈ డ్రిల్‌లు ఆటగాళ్ళకు క్షణికంగా నిర్ణయాలు తీసుకోవడం మరియు సరైన సమయంలో చర్యలు చేపట్టడం నేర్పిస్తాయి.

శరీర అవగాహన

శరీర అవగాహన అనేది ఆటగాడు తన శరీరం యొక్క స్థానం మరియు దిశను తెలుసుకోవడం. మంచి శరీర అవగాహన కలిగిన ఆటగాడు తనను తాను కోర్టులో సరైన స్థానంలో ఉంచుకోగలడు మరియు ఇతర ఆటగాళ్లను ఎలా చుట్టుముట్టాలో తెలుసు.

మంచి శరీర అవగాహన అభివృద్ధి చేయడానికి, ఆటగాళ్ళు శరీర అవగాహన డ్రిల్‌లను చేయాలి. ఈ డ్రిల్‌లు ఆటగాళ్ళకు తమ శరీరాన్ని నియంత్రించడం మరియు కోర్టులో సమర్థవంతంగా కదలడం నేర్పిస్తాయి.

ఆధారాలను అభివృద్ధి చేయడానికి చిట్కాలు

- ఫ్రీ థ్రో లైన్‌లో లేదా చిన్న కోర్టులో ప్రాక్టీస్ చేయండి. ఇది మీకు మీ ఫుట్‌వర్క్ మరియు టైమింగ్‌ను మెరుగుపరచడంలో సహాయపడుతుంది.

భంగిమ మరియు బ్యాలెన్స్: మీ కేంద్రాన్ని కనుగొనడం

పరిచయం

భంగిమ మరియు బ్యాలెన్స్ అనేవి శారీరక శ్రేయస్సుకు చాలా ముఖ్యమైనవి. మంచి భంగిమ మరియు బ్యాలెన్స్ మీరు నడవడానికి, పరుగెత్తడానికి, ఏదైనా పనులను చేయడానికి మరియు మీ రోజువారీ జీవితాన్ని సులభంగా నిర్వహించడానికి సహాయపడతాయి.

మీ భంగిమ మరియు బ్యాలెన్స్‌ను మెరుగుపరచడం ద్వారా, మీరు మీ శరీరాన్ని మరింత సమర్థవంతంగా ఉపయోగించుకోగలరు, మీ నొప్పిని తగ్గించవచ్చు మరియు మీరు ఎక్కువ శక్తిని కలిగి ఉండవచ్చు.

మీ భంగిమ మరియు బ్యాలెన్స్‌ను మెరుగుపరచడానికి మార్గాలు

మీ భంగిమ మరియు బ్యాలెన్స్‌ను మెరుగుపరచడానికి అనేక మార్గాలు ఉన్నాయి. ఇక్కడ కొన్ని చిట్కాలు ఉన్నాయి:

- స్థిరమైన శారీరక శ్రమ చేయండి. రోజుకు కనీసం 30 నిమిషాలు వ్యాయామం చేయడం మీ శరీర బలాన్ని మరియు స్థిరత్వాన్ని మెరుగుపరచడంలో సహాయపడుతుంది.
- యోగా లేదా పైలాటిస్‌ను ప్రయత్నించండి. ఈ రకాల వ్యాయామాలు మీ శరీర స్థిరత్వాన్ని మరియు స్థిరత్వాన్ని మెరుగుపరచడానికి రూపొందించబడ్డాయి.

- సమతుల్యత డ్రిల్లను చేయండి. సమతుల్యత డ్రిల్లు మీ శరీరాన్ని మరింత సమతుల్యంగా ఉంచడానికి సహాయపడతాయి.

మీ భంగిమ మెరుగుపరచడానికి కొన్ని నిర్దిష్ట సూచనలు

మీ భంగిమను మెరుగుపరచడానికి, మీరు మీ శరీరాన్ని సరైన స్థానంలో ఉంచడం నేర్చుకోవాలి. ఇక్కడ కొన్ని చిట్కాలు ఉన్నాయి:

- మీ భుజాలు మరియు ఛాతీని వెనుకకు మరియు పైకి ఉంచండి.
- మీ వీపును సరైన వంపులో ఉంచండి.
- మీ తలను సరైన స్థానంలో ఉంచండి.

మీ భంగిమను సరిదిద్దడానికి మీరు సహాయం కోరుకుంటే, ఒక ఫిజియోథెరపిస్ట్‌తో మాట్లాడండి.

మీ బ్యాలెన్స్ మెరుగుపరచడానికి కొన్ని నిర్దిష్ట సూచనలు

మీ బ్యాలెన్స్‌ను మెరుగుపరచడానికి, మీరు మీ శరీరాన్ని సమతుల్యంగా ఉంచడం నేర్చుకోవాలి. ఇక్కడ కొన్ని చిట్కాలు ఉన్నాయి:

- సమతుల్యత బోర్డ్‌పై నిలబడండి.
- ఒక కాలుతో మీ మోకాలిని ముడుచుకుని నిలబడండి.

రిథమ్‌ను నిర్మించడం: లెక్కింపు మరియు సంగీతత్వం

పరిచయం

రిథమ్ అనేది సంగీతంలో ఒక ముఖ్యమైన భాగం. ఇది కమ్యూనికేషన్, ఎమోషన్‌లను బహిర్గతం చేయడం మరియు మానసిక-శారీరక ఆరోగ్యాన్ని ప్రోత్సహించడం వంటి అనేక విధాలుగా ఉపయోగించవచ్చు.

రిథమ్‌ను నిర్మించడానికి, మీరు మొదట లెక్కింపు మరియు సంగీతత్వం యొక్క ప్రాథమికాలను అర్థం చేసుకోవాలి.

లెక్కింపు

లెక్కింపు అనేది ఒక శబ్దం లేదా తాళం యొక్క ఒక యూనిట్. ఒక యూనిట్‌లో ఒక శబ్దం లేదా ఒకటి కంటే ఎక్కువ శబ్దాలు ఉండవచ్చు.

లెక్కింపును అర్థం చేసుకోవడానికి, మీరు మొదట ఒక యూనిట్‌ను గుర్తించడం నేర్చుకోవాలి. మీరు ఒక శబ్దం లేదా తాళం యొక్క ఒక యూనిట్‌ను గుర్తించగలగాలి.

సంగీతత్వం

సంగీతత్వం అనేది రిథమ్‌తో కమ్యూనికేట్ చేయగల సామర్థ్యం. ఇది శబ్దాలను మరియు తాళాలను సమయానికి సరిగ్గా ప్లే చేయగల సామర్థ్యం.

సంగీతత్వాన్ని మెరుగుపరచడానికి, మీరు మొదట రిథమ్‌ను వినడం మరియు అర్థం చేసుకోవడం నేర్చుకోవాలి. మీరు రిథమ్‌తో కదిలే సామర్థ్యాన్ని కూడా అభివృద్ధి చేయాలి.

రిథమ్‌ను నిర్మించడానికి చిట్కాలు

రిథమ్‌ను నిర్మించడానికి అనేక మార్గాలు ఉన్నాయి. ఇక్కడ కొన్ని చిట్కాలు ఉన్నాయి:

- మీరు ఇష్టపడే సంగీతాన్ని వినండి మరియు దాని రిథమ్‌ను విశ్లేషించండి.
- రిథమ్ డ్రైల్‌లను చేయండి. రిథమ్ డ్రైల్‌లు మీరు రిథమ్‌ను అభ్యాసం చేయడానికి మరియు మెరుగుపరచడానికి సహాయపడతాయి.
- మీ శరీరాన్ని ఉపయోగించి రిథమ్‌తో కదలండి. రిథమ్‌తో కదలడం మీరు రిథమ్‌ను అర్థం చేసుకోవడంలో మరియు మెరుగుపరచడంలో సహాయపడుతుంది.

రిథమ్‌ను మెరుగుపరచడానికి సమయం మరియు కృషి అవసరం. మీరు ఓపికగా ఉండి, ప్రతిరోజూ రిథమ్‌ను అభ్యాసం చేస్తే, మీరు మెరుగుపడతారు.

టర్న్స్ మరియు స్పిన్స్: ఫ్లెయిర్ మరియు ఎలిగన్స్ జోడించడం

పరిచయం

టర్న్స్ మరియు స్పిన్స్ అనేవి నృత్యంలో ముఖ్యమైన అంశాలు. అవి మీ నృత్యానికి ఫ్లెయిర్ మరియు ఎలిగన్స్‌ను జోడించగలవు.

టర్న్స్ అనేవి మీ శరీరాన్ని 90 డిగ్రీల కంటే ఎక్కువ కోణంలో తిప్పడం. స్పిన్స్ అనేవి మీ శరీరాన్ని 360 డిగ్రీల కంటే ఎక్కువ కోణంలో తిప్పడం.

టర్న్స్ మరియు స్పిన్స్‌ను చేయడానికి, మీరు మీ శరీర బ్యాలెన్స్, కోర్ బలం మరియు సమతుల్యతను మెరుగుపరచాలి.

టర్న్స్ చేయడానికి చిట్కాలు

టర్న్స్ చేయడానికి, మీరు మీ శరీర బ్యాలెన్స్ మరియు కోర్ బలంపై దృష్టి పెట్టాలి. మీరు మీ శరీరాన్ని సమతుల్యంగా ఉంచడానికి మీ కోర్ను ఉపయోగించాలి.

టర్న్స్ చేయడానికి ఇక్కడ కొన్ని చిట్కాలు ఉన్నాయి:

మీ పాదాలను వెడల్పుగా ఉంచండి మరియు మీ శరీరాన్ని సమతుల్యంగా ఉంచండి.

మీ భుజాలు మరియు మోకాళ్లను మెత్తగా ఉంచండి.

మీ కోర్ను టైట్‌గా ఉంచండి మరియు మీ శరీరాన్ని సమతుల్యంగా ఉంచడానికి దానిని ఉపయోగించండి.

స్పిన్స్ చేయడానికి చిట్కాలు

స్పిన్స్ చేయడానికి, మీరు మీ శరీర బ్యాలెన్స్, కోర్ బలం మరియు సమతుల్యతను మెరుగుపరచాలి. మీరు మీ శరీరాన్ని సమతుల్యంగా ఉంచడానికి మరియు స్పిన్‌లో ఉండటానికి మీ కోర్ను ఉపయోగించాలి.

స్పిన్స్ చేయడానికి ఇక్కడ కొన్ని చిట్కాలు ఉన్నాయి:

మీ పాదాలను వెడల్పుగా ఉంచండి మరియు మీ శరీరాన్ని సమతుల్యంగా ఉంచండి.

మీ భుజాలు మరియు మోకాళ్లను మెత్తగా ఉంచండి.

మీ కోర్ను టైట్‌గా ఉంచండి మరియు మీ శరీరాన్ని సమతుల్యంగా ఉంచడానికి దానిని ఉపయోగించండి.

మీ స్పిన్‌ను ప్రారంభించడానికి, మీ శరీరాన్ని ముందుకు లేదా వెనుకకు వంచండి.

మీ స్పిన్‌ను నియంత్రించడానికి, మీ శరీరాన్ని తిప్పడానికి మీ కోర్ను ఉపయోగించండి.

టర్న్స్ మరియు స్పిన్స్‌ను మెరుగుపరచడానికి

టర్న్స్ మరియు స్పిన్స్‌ను మెరుగుపరచడానికి, మీరు ప్రతిరోజూ శిక్షణ పొందాలి. మీరు చిన్న టర్న్స్ మరియు స్పిన్స్‌తో ప్రారంభించి, మీ స్థాయిని పెంచవచ్చు.

ఫుట్‌వర్క్ వైవిధ్యాలు: ఆధారాలకు మించి ప్రయాణం

పరిచయం

ఫుట్‌వర్క్ అనేది ఒక క్రీడాకారి లేదా నృత్యకారుడు తన పాదాలను ఎలా ఉపయోగిస్తాడో. మంచి ఫుట్‌వర్క్ కలిగిన వ్యక్తి కోర్టులో లేదా డ్యాన్స్ ఫ్లోర్‌లో సమర్థవంతంగా కదలగలడు.

ఫుట్‌వర్క్ యొక్క ప్రాథమికాలు నాలుగు ఆధారాలలో ఉన్నాయి:

- పెడల్ - ఒక పాదం నుండి మరొక పాదానికి నడవడం
- స్టాప్ - ఒక పాదంపై నిలబడటం
- జంప్ - ఒక పాదం నుండి మరొక పాదానికి లేదా గాలిలోకి లేవడం
- స్వింగ్ - ఒక పాదాన్ని ముందుకు లేదా వెనుకకు కదలడం

ఈ ఆధారాలను మెరుగుపరచడానికి అనేక మార్గాలు ఉన్నాయి. మీరు ఫుట్‌వర్క్ డ్రిల్లను చేయవచ్చు, మరియు మీరు వ్యక్తిగత శిక్షణదారుతో పని చేయవచ్చు.

ఫుట్‌వర్క్ వైవిధ్యాలు

ఫుట్‌వర్క్ యొక్క ప్రాథమికాలను మెరుగుపరచిన తర్వాత, మీరు మరింత అభివృద్ధి చెందిన వైవిధ్యాలను ప్రయత్నించవచ్చు. ఈ వైవిధ్యాలు మీ క్రీడ లేదా నృత్యానికి మరింత డైనమిక్స్ మరియు సృజనాత్మకతను జోడించగలవు.

ఫుట్‌వర్క్ వైవిధ్యాలలో కొన్ని ఉదాహరణలు:

స్పిన్‌లు - మీ శరీరాన్ని 90 డిగ్రీల కంటే ఎక్కువ కోణంలో తిప్పడం

పివోట్‌లు - మీ శరీరాన్ని ఒక పాదంపై తిప్పడం

లైట్‌లెగ్స్ - మీ పాదాలను ఒకదానిపై ఒకటి మార్చడం

స్టెప్‌జంప్‌లు - మీ పాదాలను కదిలించకుండా లేదా గాలిలోకి లేవకుండా ఒక పాదం నుండి మరొక పాదానికి దూకడం

స్టెప్‌స్వింగ్‌లు - మీ పాదాలను కదిలించకుండా లేదా గాలిలోకి లేవకుండా ఒక పాదాన్ని ముందుకు లేదా వెనుకకు కదలడం

ఫుట్‌వర్క్ వైవిధ్యాలను మెరుగుపరచడానికి

ఫుట్‌వర్క్ వైవిధ్యాలను మెరుగుపరచడానికి, మీరు డ్రిల్‌లను చేయడం ద్వారా ప్రారంభించవచ్చు. ఈ డ్రిల్‌లు మీరు ప్రతి కదలికను సరిగ్గా ఎలా చేయాలో నేర్చుకోవడంలో సహాయపడతాయి.

Chapter 2: Connecting with Your Partner

అధ్యాయం 2: మీ భాగస్వామితో కనెక్ట్ అవ్వడం

లీడ్ మరియు ఫాలో: పాత్రలు మరియు కమ్యూనికేషన్‌ను అర్థం చేసుకోవడం

పరిచయం

లీడ్ మరియు ఫాలో అనేవి ఒక సంబంధంలో రెండు ప్రధాన పాత్రలు. లీడ్ అనేది సంబంధాన్ని నడిపించే వ్యక్తి, మరియు ఫాలో అనేది లీడ్‌ను అనుసరించే వ్యక్తి.

లీడ్ మరియు ఫాలో పాత్రలు ఒక సంబంధంలో శక్తి మరియు నియంత్రణ యొక్క సమతుల్యతను నిర్ణయిస్తాయి. లీడ్ ఎక్కువ శక్తి మరియు నియంత్రణను కలిగి ఉంటుంది, మరియు ఫాలో తక్కువ శక్తి మరియు నియంత్రణను కలిగి ఉంటుంది.

లీడ్ పాత్ర

లీడ్ పాత్రను పోషించే వ్యక్తి సంబంధాన్ని నడిపిస్తుంది. వారు నిర్ణయాలు తీసుకోవడం, సమస్యలను పరిష్కరించడం మరియు సంబంధాన్ని ముందుకు తీసుకెళ్లడం వంటి బాధ్యతలను తీసుకుంటారు.

లీడ్‌గా మంచిగా ఉండటానికి, మీరు:

- మీరు ఏమి కోరుకుంటున్నారో తెలుసుకోండి
- మీరు నిర్ణయాలు తీసుకోవడానికి సిద్ధంగా ఉండండి
- మీ భాగస్వామి భావాలను గౌరవించండి

ఫాలో పాత్ర

ఫాలో పాత్రను పోషించే వ్యక్తి లీడ్‌ను అనుసరిస్తుంది. వారు లీడ్ తీసుకున్న నిర్ణయాలను ప్రశ్నించకుండా అనుసరిస్తారు.

ఫాలోగా మంచిగా ఉండటానికి, మీరు:

- లీడ్‌ను విశ్వసించండి
- లీడ్ నిర్ణయాలను అనుసరించడానికి సిద్ధంగా ఉండండి
- మీ స్వంత అభిప్రాయాలను వ్యక్తీకరించడానికి భయపడకండి

కమ్యూనికేషన్

లీడ్ మరియు ఫాలో పాత్రల మధ్య మంచి కమ్యూనికేషన్ చాలా ముఖ్యం. లీడ్ మరియు ఫాలో తమ అంచనాలను మరియు అవసరాలను ఒకరితో ఒకరు స్పష్టంగా కమ్యూనికేట్ చేయాలి.

లీడ్ మరియు ఫాలో మధ్య మంచి కమ్యూనికేషన్ కోసం కొన్ని చిట్కాలు:

- ఒకరితో ఒకరు ప్రతిరోజూ మాట్లాడండి

- మీ అంచనాలను మరియు అవసరాలను స్పష్టంగా తెలియజేయండి
- ఒకరి అభిప్రాయాలను వినండి మరియు గౌరవించండి

శరీర భాష మరియు కనెక్షన్: సిగ్నలింగ్ మరియు స్పందించడం

పరిచయం

శరీర భాష అనేది మన ఆలోచనలు, భావాలు మరియు భావాలను కమ్యూనికేట్ చేయడానికి మనం ఉపయోగించే భౌతిక చర్యల సమితి. ఇది మన ముఖ కవళికలు, శరీర భంగిమ, కదలికలు మరియు కంటికి సంబంధించిన సంకేతాల ద్వారా వ్యక్తమవుతుంది.

శరీర భాష మన సంబంధాలలో ముఖ్యమైన పాత్ర పోషిస్తుంది. ఇది మనకు ఒకరినొకరు బాగా అర్థం చేసుకోవడంలో మరియు కనెక్ట్ అవ్వడంలో సహాయపడుతుంది.

శరీర భాష ద్వారా సిగ్నలింగ్

మనం శరీర భాష ద్వారా అనేక రకాల సందేశాలను సిగ్నల్ చేయవచ్చు. కొన్ని సాధారణ సిగ్నళ్లు ఇక్కడ ఉన్నాయి:

- ఆసక్తి: మీరు ఎవరినైనా ఆసక్తిగా చూస్తున్నట్లయితే, మీరు మీ శరీరాన్ని వారి వైపు తిప్పవచ్చు, మీ కళ్ళు వారి కళ్ళలో ఉంచవచ్చు మరియు మీ నవ్వును ప్రదర్శించవచ్చు.
- ఆకర్షణ: మీరు ఎవరినైనా ఆకర్షితులను చూస్తున్నట్లయితే, మీరు మీ శరీరాన్ని వారి వైపు తిప్పవచ్చు, మీ చేతులను మీ శరీరం నుండి దూరంగా ఉంచవచ్చు మరియు మీ కళ్లతో వారిని స్కూప్ చేయవచ్చు.

- అసౌకర్యం: మీరు అసౌకర్యంగా ఉన్నట్లయితే, మీరు మీ శరీరాన్ని వెనుకకు లాగవచ్చు, మీ చేతులను మీ కడుపు ముందు ఉంచవచ్చు మరియు మీ కళ్లను తప్పించవచ్చు.

- ఆధిపత్యం: మీరు ఆధిపత్యం చెలాయించాలనుకుంటే, మీరు మీ శరీరాన్ని విశాలంగా ఉంచవచ్చు, మీ తలను పైకి ఉంచవచ్చు మరియు మీ కళ్లతో ఇతరులను చూడవచ్చు.

- అధీనం: మీరు ఆధీనంలో ఉన్నట్లయితే, మీరు మీ శరీరాన్ని కుంభాకారంగా ఉంచవచ్చు, మీ తలను కిందకు ఉంచవచ్చు మరియు మీ కళ్లను తప్పించవచ్చు.

శరీర భాషకు ప్రతిస్పందించడం

మనం ఇతరుల శరీర భాషకు కూడా ప్రతిస్పందిస్తాము. మనం ఎవరినైనా ఆసక్తిగా చూస్తే, మనం వారి శరీర భాషను ప్రతిబింబించవచ్చు. మనం ఎవరినైనా ఆకర్షితులను చూస్తే, మనం వారి శరీర భాషను అనుకరించవచ్చు.

వివిధ భాగస్వాములకు అనుగుణంగా: ప్రవాహాన్ని కనుగొనడం

పరిచయం

మనం ప్రేమలో ఉన్నప్పుడు, మనం ఒకరినొకరు పూర్తి చేస్తామని భావిస్తాము. మన భావాలు, ఆలోచనలు మరియు అవసరాలు ఒకదానితో ఒకటి సరిగ్గా సరిపోతాయి. అయితే, మనం వివిధ వ్యక్తులతో డేటింగ్ చేస్తున్నప్పుడు, మనం ఒకే విధంగా అనుగుణంగా ఉండకపోవచ్చు.

వివిధ భాగస్వాములకు అనుగుణంగా ఉండటం అనేది ఒక సవాలు కావచ్చు. అయితే, ఇది చేయగలిగితే, మనం మరింత సంతృప్తికరమైన మరియు సంపన్నమైన సంబంధాలను కలిగి ఉంటాము.

వివిధ భాగస్వాములకు అనుగుణంగా ఉండటానికి మార్గాలు

వివిధ భాగస్వాములకు అనుగుణంగా ఉండటానికి కొన్ని మార్గాలు ఇక్కడ ఉన్నాయి:

- మీరు ఏమి కోరుకుంటున్నారో తెలుసుకోండి. మీరు మీ జీవితంలో ఏమి కోరుకుంటున్నారో మీకు తెలిస్తే, మీరు మీకు సరిపోయే వ్యక్తిని కనుగొనడానికి మరింత మంచి అవకాశం ఉంది.
- ఓపెన్ మైండెడ్‌గా ఉండండి. మీరు ఏదైనా నమ్మకం లేదా ఆలోచనను ముందుగానే మూసివేయకండి. మీరు మరింత మందిని కలుసుకున్నప్పుడు, మీరు ఆశించని విషయాలు మీకు నచ్చవచ్చు.

- సంభాషణ కొనసాగించండి. మీరు మీ భాగస్వామితో మాట్లాడండి మరియు వారి అవసరాలు మరియు ఆకాంక్షలను అర్థం చేసుకోండి. మీరు ఒకరి అవసరాలను అర్థం చేసుకుంటే, మీరు మరింత సహజంగా అనుగుణంగా ఉండగలరు.

ప్రవాహాన్ని కనుగొనడం

వివిధ భాగస్వాములకు అనుగుణంగా ఉండటం అనేది కొంత సమయం పట్టే ప్రక్రియ. మీరు ఒకరితో ఒక రకమైన ప్రవాహాన్ని కనుగొన్నప్పుడు, మీరు దానిని గుర్తించగలరు. మీరు ఒకరితో సహజంగా ఉండగలరు మరియు మీరు మీ స్వంతంగా ఉండగలరు.

ప్రవాహాన్ని కనుగొనడానికి సమయం తీసుకోవడానికి భయపడకండి. మీరు మీ కోసం సరైన వ్యక్తిని కనుగొన్నప్పుడు, మీరు దానిని గుర్తిస్తారు.

భాగస్వామ్య ఫుట్‌వర్క్: సమకాలికత మరియు ప్రవాహం

పరిచయం

భాగస్వామ్య ఫుట్‌వర్క్ అనేది రెండు లేదా అంతకంటే ఎక్కువ వ్యక్తులు ఒకేసారి కలిసి కదిలే ఫుట్‌వర్క్. ఇది క్రీడలు, నృత్యం మరియు ఇతర రకాల శారీరక కార్యకలాపాలలో ఉపయోగించబడుతుంది.

భాగస్వామ్య ఫుట్‌వర్క్‌లో, ప్రతి వ్యక్తి తమ స్వంత పాత్రను పోషిస్తారు మరియు ఇతరులతో సమన్వయం చేయడానికి ప్రయత్నిస్తారు. ఇది సమకాలికత మరియు ప్రవాహాన్ని అవసరమైన సవాలుగా ఉంటుంది.

సమకాలికత

భాగస్వామ్య ఫుట్‌వర్క్‌లో, ప్రతి వ్యక్తి తమ కదలికలను ఇతరుల కదలికలతో సమకాలికంగా ఉంచాలి. ఇది కష్టమైన పని కావచ్చు, ఎందుకంటే ప్రతి వ్యక్తి భిన్నమైన వేగం మరియు శక్తిని కలిగి ఉంటారు.

సమకాలికతను మెరుగుపరచడానికి, మీరు క్రింది వాటిపై దృష్టి పెట్టాలి:

- మీ భాగస్వాములను గమనించండి. వారు ఎలా కదులుతున్నారు? వారి వేగం మరియు శక్తి ఏమిటి?
- మీ కదలికలను సర్దుబాటు చేయండి. మీ భాగస్వాములకు స్థిరంగా ఉండటానికి మీరు ఏదైనా చేయగలరా?

- అభ్యాసం చేయండి. మీరు ఎంత ఎక్కువ అభ్యాసం చేస్తారో, మీరు మరింత సమకాలికంగా ఉంటారు.

ప్రవాహం

భాగస్వామ్య ఫుట్‌వర్క్‌లో, ప్రతి కదలిక మరొక కదలికకు సహజంగా కలుస్తుంది. ఇది ప్రవాహాన్ని సృష్టిస్తుంది, ఇది ఒక శక్తివంతమైన మరియు ఆకర్షణీయమైన దృశ్యాన్ని సృష్టిస్తుంది.

ప్రవాహాన్ని మెరుగుపరచడానికి, మీరు క్రింది వాటిపై దృష్టి పెట్టాలి:

- మీ శరీరం మరియు మీ భావోద్వేగాలను గమనించండి. మీరు ఎలా అనుభవిస్తున్నారో? మీరు ఎలా కదులుతున్నారు?
- మీ కదలికలను సున్నితంగా చేయండి. మీరు ఒక కదలిక నుండి మరొక కదలికకు అవసరమైనంత మాత్రమే శక్తిని ఉపయోగించండి.
- అభ్యాసం చేయండి. మీరు ఎంత ఎక్కువ అభ్యాసం చేస్తారో, మీరు మరింత ప్రవాహంగా ఉంటారు.

భాగస్వామ్య ఫుట్‌వర్క్‌లో మెరుగుపడటానికి చిట్కాలు

- మీరు ఒక భాగస్వామితో ప్రారంభించండి. ఒకరితో కలిసి కదిలడం నేర్చుకోవడం ఒకరితో పాటు కదిలడం నేర్చుకోవడం కంటే సులభం.

డాన్స్ ఫ్లోర్‌పై రసాయన శాస్త్రాన్ని సృష్టించడం: ఆత్మవిశ్వాసం మరియు ఆటపాట

పరిచయం

డాన్స్ ఫ్లోర్‌పై రసాయన శాస్త్రాన్ని సృష్టించడం అనేది ఒక కళ. ఇది ఆత్మవిశ్వాసం, ఆటపాట మరియు కమ్యూనికేషన్ కలయికను అవసరం.

ఆత్మవిశ్వాసం

డాన్స్ ఫ్లోర్‌పై రసాయన శాస్త్రాన్ని సృష్టించడానికి మీరు మీ శరీరాన్ని మరియు మీ కదలికలను నమ్మాలి. మీరు మీరు మంచిగా కనిపిస్తున్నారని మరియు మీరు మీ చేస్తున్న దానిని ఆనందిస్తున్నారని నమ్మాలి.

ఆత్మవిశ్వాసాన్ని పెంచడానికి కొన్ని చిట్కాలు:

- మీరు నచ్చే డ్రెస్‌ను ధరించండి.
- మీరు నచ్చే సంగీతాన్ని వినండి.
- మీరు నచ్చే డ్యాన్స్ మూవ్‌లను నేర్చుకోండి.

ఆటపాట

డాన్స్ ఫ్లోర్‌పై రసాయన శాస్త్రాన్ని సృష్టించడానికి మీరు ఆటపాటగా ఉండాలి. మీరు సంగీతంతో కనెక్ట్ అవ్వాలి మరియు మీరు కదులుతున్నప్పుడు మీరు సరదాగా ఉండాలి.

ఆటపాటను పెంచడానికి కొన్ని చిట్కాలు:

- మీరు నచ్చే సంగీతాన్ని వినండి.
- మీరు నచ్చే డ్యాన్స్ మూవ్ లను నేర్చుకోండి.
- మీరు ఆనందించే డ్యాన్స్ పాటలను పాడండి.

కమ్యూనికేషన్

డాన్స్ ఫ్లోర్ పై రసాయన శాస్త్రాన్ని సృష్టించడానికి మీరు మీ భాగస్వామితో కమ్యూనికేట్ చేయగలగాలి. మీరు మీ కదలికల ద్వారా మీ భావాలను కమ్యూనికేట్ చేయగలగాలి మరియు మీ భాగస్వామి కూడా అలా చేయగలగాలి.

కమ్యూనికేషన్ ను మెరుగుపరచడానికి కొన్ని చిట్కాలు:

- మీ భాగస్వామిని గమనించండి. వారు ఎలా కదులుతున్నారు? వారు ఎలా అనుభవిస్తున్నారో?
- మీ భాగస్వామితో కమ్యూనికేట్ చేయడానికి మీ శరీర భాషను ఉపయోగించండి.
- మీ భాగస్వామితో కమ్యూనికేట్ చేయడానికి మీ కళ్ళను ఉపయోగించండి.

డాన్స్ ఫ్లోర్ పై రసాయన శాస్త్రాన్ని సృష్టించడానికి చిట్కాలు

- మీరు ఒక భాగస్వామితో ప్రారంభించండి. రెండు లేదా అంతకంటే ఎక్కువ వ్యక్తులతో కలిసి కదిలడం ఒకరితో పాటు కదిలడం కంటే సులభం.
- ఒకే లక్ష్యం కోసం పని చేయండి. మీరు ఒకే ట్యూన్ లో ఉండటం చాలా ముఖ్యం.

Chapter 3: Expanding Your Repertoire

అధ్యాయం 3: మీ పరిధిని విస్తరించడం

షైన్స్ మరియు ఫుట్‌వర్క్ కలయికలు: మీ దశలకు రుచిని జోడించడం

పరిచయం

షైన్స్ మరియు ఫుట్‌వర్క్ అనేవి రెండు ప్రత్యేకమైన నృత్య శైలులు. షైన్స్ అనేది ఒక రకమైన శాస్త్రీయ నృత్యం, ఇది సాంప్రదాయిక భారతీయ నృత్యం మరియు ఆధునిక నృత్యం యొక్క మిశ్రమం. ఫుట్‌వర్క్ అనేది ఒక రకమైన ప్రాంప్ట్ నృత్యం, ఇది పాదాలతో చేసే కదలికలపై దృష్టి పెడుతుంది.

ఈ రెండు శైలులను కలిపి ఉపయోగించడం వల్ల మీ నృత్యానికి ఒక ప్రత్యేకమైన మరియు ఆకర్షణీయమైన శైలిని ఇవ్వవచ్చు.

షైన్స్ మరియు ఫుట్‌వర్క్ కలయికలకు కొన్ని ఆలోచనలు

షైన్స్ కదలికలను ఫుట్‌వర్క్ పాదాలతో జోడించండి. ఉదాహరణకు, మీరు షైన్స్ లోని ఒక తిప్పికొట్టుని ఫుట్‌వర్క్ లోని ఒక స్కిప్‌తో జోడించవచ్చు.

షైన్స్ మరియు ఫుట్‌వర్క్ రెండింటి నుండి కదలికలను ఉపయోగించి ఒక కొత్త డ్యాన్స్ మూవ్‌ను సృష్టించండి. ఉదాహరణకు, మీరు షైన్స్ లోని ఒక హాప్‌ను ఫుట్‌వర్క్ లోని ఒక వీల్‌తో జోడించవచ్చు.

షైన్స్ లోని ఒక కథను ఫుట్‌వర్క్ ద్వారా తెలియజేయండి. ఉదాహరణకు, మీరు షైన్స్ లోని ఒక ప్రేమ కథను ఫుట్‌వర్క్ లోని ఒక వేడుక ద్వారా తెలియజేయవచ్చు.

షైన్స్ మరియు ఫుట్‌వర్క్ కలయికలను నేర్చుకోవడానికి చిట్కాలు

ప్రారంభించడానికి, మీరు షైన్స్ మరియు ఫుట్‌వర్క్ రెండింటిలోనూ కొంత నైపుణ్యాన్ని పెంచుకోవాలి.

షైన్స్ మరియు ఫుట్‌వర్క్ కలయికల యొక్క కొన్ని ప్రాథమికాలను నేర్చుకోవడానికి ఆన్‌లైన్ వీడియోలు లేదా తరగతులను ఉపయోగించండి.

ఒకసారి మీరు ప్రాథమికాలను నేర్చుకున్న తర్వాత, మీ స్వంత కొత్త కదలికలను సృష్టించడానికి ప్రయత్నించండి.

షైన్స్ మరియు ఫుట్‌వర్క్ కలయికలు మీ నృత్యానికి ఒక తాజా మరియు ఆకర్షణీయమైన శైలిని ఇవ్వగలవు. మీరు మీ కదలికలను మరింత సృజనాత్మకంగా మరియు ఉత్కంఠభరితంగా చేయాలనుకుంటే, ఈ రెండు శైలులను కలిపి ప్రయత్నించండి.

వైవిధ్యాలతో టర్న్స్ మరియు స్పిన్స్: మీ టర్న్‌లను సమం చేయడం

పరిచయం

టర్న్స్ మరియు స్పిన్స్ అనేవి నృత్యంలో ఒక ముఖ్యమైన అంశం. అవి మీ నృత్యానికి శక్తి మరియు ఆకర్షణను జోడించగలవు.

టర్న్స్ మరియు స్పిన్స్‌ను మరింత ఆసక్తికరంగా మరియు సృజనాత్మకంగా చేయడానికి, మీరు వివిధ రకాల వైవిధ్యాలను ఉపయోగించవచ్చు.

వైవిధ్యాలకు కొన్ని ఆలోచనలు

శరీర భంగిమలు: మీరు మీ శరీర భంగిమలను మార్చడం ద్వారా మీ టర్న్స్ మరియు స్పిన్స్‌ను మరింత ఆకర్షణీయంగా చేయవచ్చు. ఉదాహరణకు, మీరు మీ చేతులు మరియు భుజాలను స్థిరంగా ఉంచవచ్చు లేదా మీరు వాటిని కదిలించవచ్చు.

పాదాల కదలికలు: మీరు మీ పాదాల కదలికలను మార్చడం ద్వారా మీ టర్న్స్ మరియు స్పిన్స్‌ను మరింత ఆసక్తికరంగా చేయవచ్చు. ఉదాహరణకు, మీరు మీ పాదాలను ఒకే స్థానంలో ఉంచవచ్చు లేదా మీరు వాటిని కదిలించవచ్చు.

సంగీతం: మీరు మీ టర్న్స్ మరియు స్పిన్స్‌ను సంగీతంతో సమన్వయం చేయడం ద్వారా మరింత ఆకర్షణీయంగా చేయవచ్చు. ఉదాహరణకు, మీరు మీ టర్న్స్ మరియు స్పిన్స్

ను సంగీతం యొక్క తాళం లేదా శ్రావ్యతతో సమన్వయం చేయవచ్చు.

మీ టర్న్‌లను సమం చేయడానికి చిట్కాలు

ప్రారంభించడానికి, మీరు సరైన మూలభూతాలను నేర్చుకోవాలి. మీరు మీ టర్న్‌లను సరైన సమయం మరియు దిశలో చేయడం నేర్చుకోవాలి.

ఒకసారి మీరు ప్రాథమికాలను నేర్చుకున్న తర్వాత, మీరు వివిధ రకాల వైవిధ్యాలను ప్రయత్నించడం ప్రారంభించవచ్చు. ప్రతి వైవిధ్యాన్ని ప్రయత్నించడానికి మీకు సౌకర్యంగా అనిపించేంత వరకు సమయం తీసుకోండి.

మీ టర్న్‌లను ప్రతిరోజూ అభ్యాసం చేయండి. అభ్యాసం మెరుగ్గా చేస్తుంది!

వైవిధ్యాలతో టర్న్స్ మరియు స్పిన్స్‌ను ఉపయోగించడం వల్ల మీ నృత్యానికి మరింత శక్తి మరియు ఆకర్షణను జోడించవచ్చు. మీరు మీ కదలికలను మరింత సృజనాత్మకంగా మరియు ఉత్కంఠభరితంగా చేయాలనుకుంటే, ఈ రకమైన వైవిధ్యాలను ప్రయత్నించండి.

ట్రాన్సిషన్లు మరియు ఫుట్‌వర్క్ లింకులు: దశల మధ్య సున్నితమైన ప్రవాహం

పరిచయం

నృత్యంలో, ట్రాన్సిషన్లు మరియు ఫుట్‌వర్క్ లింకులు చాలా ముఖ్యం. అవి దశల మధ్య సున్నితమైన ప్రవాహాన్ని సృష్టించడంలో సహాయపడతాయి మరియు మీ నృత్యాన్ని మరింత సమగ్రంగా మరియు ఆకర్షణీయంగా చేస్తాయి.

ట్రాన్సిషన్లు

ట్రాన్సిషన్లు అనేవి ఒక దశ నుండి మరొక దశకు మారే ప్రక్రియ. అవి సాధారణంగా ఒక కొద్దిసేపు పాటు ఉంటాయి మరియు అవి మీ దశల మధ్య ఒక మృదువైన అనుసంధానాన్ని సృష్టించడానికి సహాయపడతాయి.

ట్రాన్సిషన్లను సృష్టించడానికి అనేక మార్గాలు ఉన్నాయి. మీరు మీ శరీర భంగిమలను మార్చవచ్చు, మీ పాదాల కదలికలను మార్చవచ్చు లేదా మీ చేతులను ఉపయోగించవచ్చు.

ఫుట్‌వర్క్ లింకులు

ఫుట్‌వర్క్ లింకులు అనేవి ఒక దశ నుండి మరొక దశకు మారడానికి ఉపయోగించే చిన్న ఫుట్‌వర్క్ కదలికలు. అవి సాధారణంగా ఒకే పాదం లేదా రెండు పాదాలపై చేయబడతాయి మరియు అవి మీ దశల మధ్య ఒక సున్నితమైన అనుసంధానాన్ని సృష్టించడానికి సహాయపడతాయి.

ఫుట్‌వర్క్ లింకులను సృష్టించడానికి అనేక మార్గాలు ఉన్నాయి. మీరు మీ పాదాలను ఒకే స్థానంలో ఉంచవచ్చు, మీ పాదాలను కదిలించవచ్చు లేదా మీ పాదాలను ఒకదానిపై మరొకదాన్ని కదుల్చవచ్చు.

ట్రాన్సిషన్లు మరియు ఫుట్‌వర్క్ లింకులను మెరుగుపరచడానికి చిట్కాలు

- ప్రారంభించడానికి, మీరు సరైన మూలభూతాలను నేర్చుకోవాలి. మీరు మీ ట్రాన్సిషన్లను మరియు ఫుట్‌వర్క్ లింకులను సరైన సమయం మరియు దిశలో చేయడం నేర్చుకోవాలి.

- ఒకసారి మీరు ప్రాథమికాలను నేర్చుకున్న తర్వాత, మీరు వివిధ రకాల ట్రాన్సిషన్లు మరియు ఫుట్‌వర్క్ లింకులను ప్రయత్నించడం ప్రారంభించవచ్చు. ప్రతి కదలికను ప్రయత్నించడానికి మీకు సౌకర్యంగా అనిపించేంత వరకు సమయం తీసుకోండి.

- మీ ట్రాన్సిషన్లు మరియు ఫుట్‌వర్క్ లింకులను ప్రతిరోజూ అభ్యాసం చేయండి. అభ్యాసం మెరుగ్గా చేస్తుంది!

భాగస్వామ్య కలయికలు: ఒకటిగా నృత్యం చేయడం

పరిచయం

భాగస్వామ్య నృత్యం అనేది రెండు లేదా అంతకంటే ఎక్కువ వ్యక్తులు కలిసి కదిలే నృత్యం. ఇది చాలా సవాలుగా మరియు ఆనందించే అనుభవం కావచ్చు.

భాగస్వామ్య కలయికలు అనేవి రెండు లేదా అంతకంటే ఎక్కువ వ్యక్తులు ఒకేసారి చేయగల కదలికలు. అవి భాగస్వామ్య నృత్యంలో ఒక ముఖ్యమైన భాగం, ఎందుకంటే అవి రెండు వ్యక్తుల మధ్య సమన్వయం మరియు స్నేహాన్ని అభివృద్ధి చేయడంలో సహాయపడతాయి.

భాగస్వామ్య కలయికలను మెరుగుపరచడానికి చిట్కాలు

- ప్రారంభించడానికి, మీరు ప్రాథమిక నృత్య నైపుణ్యాలను నేర్చుకోవాలి. మీరు మీ శరీరాన్ని ఎలా నియంత్రించాలో మరియు మీ కదలికలను సమన్వయం చేయడం ఎలాగో తెలుసుకోవాలి.
- ఒకసారి మీరు ప్రాథమికాలను నేర్చుకున్న తర్వాత, మీరు వివిధ రకాల భాగస్వామ్య కలయికలను ప్రయత్నించడం ప్రారంభించవచ్చు. ప్రతి కదలికను ప్రయత్నించడానికి మీకు సౌకర్యంగా అనిపించేంత వరకు సమయం తీసుకోండి.
- మీ భాగస్వామితో కలిసి శిక్షణ పొందండి. మీరు ఒకరినొకరు ఎలా చూసుకోవాలో మరియు ఒకరితో ఒకరు కమ్యూనికేట్ చేయడం ఎలాగో తెలుసుకోవడానికి ఇది సహాయపడుతుంది.

- మీ భాగస్వామితో నమ్మకం పెంచుకోండి. మీరు ఒకరినొకరు నమ్మితే, మీరు మరింత సృజనాత్మకంగా మరియు సాహసోపేతంగా కదలికలను ప్రయత్నించగలరు.

భాగస్వామ్య కలయికలు మీకు మరియు మీ భాగస్వామికి ఈ క్రింది ప్రయోజనాలను అందించగలవు:

- మీ నృత్య నైపుణ్యాలను మెరుగుపరచడంలో సహాయపడండి.
- మీరు ఒకరినొకరు మరింత బాగా అర్థం చేసుకోవడంలో సహాయపడండి.
- మీరు ఒకరినొకరు మరింత దగ్గరగా తీసుకురావడంలో సహాయపడండి.

భాగస్వామ్య కలయికలను నేర్చుకోవడానికి అనేక మార్గాలు ఉన్నాయి. మీరు ఒక నృత్య తరగతిలో చేరవచ్చు, ఆన్‌లైన్ వీడియోలను చూడవచ్చు లేదా మీ స్వంత కదలికలను సృష్టించవచ్చు.

రుచిని జోడించడం: స్టైలింగ్ మరియు సంగీత వ్యాఖ్యానం

పరిచయం

నృత్యం అనేది ఒక కళా ప్రక్రియ, ఇది శరీరం ద్వారా కథలు చెప్పడానికి ఉపయోగించబడుతుంది. స్టైలింగ్ మరియు సంగీత వ్యాఖ్యానం అనేవి నృత్యానికి రుచిని జోడించే రెండు ముఖ్యమైన అంశాలు.

స్టైలింగ్

స్టైలింగ్ అనేది నృత్యం యొక్క కళాత్మక ప్రదర్శనకు సంబంధించినది. ఇది కదలికలను ఎలా చేయాలి, శరీరాన్ని ఎలా ఉంచాలి మరియు సంగీతాన్ని ఎలా అర్థం చేసుకోవాలి అనే దానిపై దృష్టి పెడుతుంది.

స్టైలింగ్‌ను మెరుగుపరచడానికి అనేక మార్గాలు ఉన్నాయి. మీరు ఒక నృత్య తరగతిలో చేరవచ్చు, ఆన్‌లైన్ వీడియోలను చూడవచ్చు లేదా మీ స్వంత ప్రయోగాలు చేయవచ్చు.

స్టైలింగ్‌ను మెరుగుపరచడానికి కొన్ని చిట్కాలు:

- మీరు నృత్యం చేస్తున్న నృత్య శైలి యొక్క ప్రాథమికాలను నేర్చుకోండి.
- మీ శరీరాన్ని ఎలా ఉపయోగించాలో మరియు మీ కదలికలను ఎలా నియంత్రించాలో నేర్చుకోండి.

- మీరు నృత్యం చేస్తున్న సంగీతాన్ని అర్థం చేసుకోవడానికి ప్రయత్నించండి.
- మీ స్వంత కళాత్మక దృక్పథాన్ని అభివృద్ధి చేయండి.

సంగీత వ్యాఖ్యానం

సంగీత వ్యాఖ్యానం అనేది నృత్యం యొక్క సంగీతపరమైన ప్రదర్శనకు సంబంధించినది. ఇది కదలికలను సంగీతంతో సమన్వయం చేయడానికి మరియు సంగీతం యొక్క భావోద్వేగాలను వ్యక్తపరచడానికి సంబంధించినది.

సంగీత వ్యాఖ్యానంను మెరుగుపరచడానికి అనేక మార్గాలు ఉన్నాయి. మీరు ఒక నృత్య తరగతిలో చేరవచ్చు, ఆన్లైన్ వీడియోలను చూడవచ్చు లేదా మీ స్వంత ప్రయోగాలు చేయవచ్చు.

సంగీత వ్యాఖ్యానంను మెరుగుపరచడానికి కొన్ని చిట్కాలు:

- మీరు నృత్యం చేస్తున్న సంగీతాన్ని లోతుగా వినండి.
- సంగీతం యొక్క తాళం, శ్రావ్యత మరియు భావోద్వేగాలను అర్థం చేసుకోవడానికి ప్రయత్నించండి.
- మీ కదలికలను సంగీతంతో ఎలా సమన్వయం చేయాలో ప్రయత్నించండి.
- సంగీతం యొక్క భావోద్వేగాలను వ్యక్తపరచడానికి మీ కదలికలను ఉపయోగించండి.

Chapter 4: Mastering the Essentials

అధ్యాయం 4: అవసరాలను నేర్చుకోవడం

ఫుట్‌వర్క్ రిఫైన్‌మెంట్: ఖచ్చితత్వం మరియు నియంత్రణ

పరిచయం

ఫుట్‌వర్క్ అనేది నృత్యంలో ఒక ముఖ్యమైన అంశం. ఇది మీరు ఎలా కదులుతున్నారో, మీరు ఎలా స్థానంలో ఉన్నారో మరియు మీరు ఎలా వేగవంతం చేస్తున్నారో లేదా నెమ్మదించారో నిర్ణయిస్తుంది.

ఫుట్‌వర్క్‌ను మెరుగుపరచడానికి, మీరు మీ ఖచ్చితత్వం మరియు నియంత్రణను మెరుగుపరచాలి.

ఖచ్చితత్వం

ఖచ్చితత్వం అనేది మీ కదలికలు సరైన స్థానంలో మరియు సరైన సమయంలో చేయబడినట్లు నిర్ధారించడం.

ఫుట్‌వర్క్ ఖచ్చితత్వాన్ని మెరుగుపరచడానికి, మీరు మీ కదలికలను నెమ్మదిగా ప్రారంభించి, క్రమంగా వేగాన్ని పెంచాలి. మీరు మీ కదలికలను బాగా తెలుసుకోవడానికి మరియు వాటిని సరిగ్గా చేయడానికి మీకు సమయం ఇవ్వడం ముఖ్యం.

నియంత్రణ

నియంత్రణ అనేది మీ కదలికలను నియంత్రించగల సామర్థ్యం.

ఫుట్‌వర్క్ నియంత్రణను మెరుగుపరచడానికి, మీరు మీ శరీరాన్ని ఎలా ఉపయోగించాలో తెలుసుకోవాలి మరియు మీ కదలికలను సరైన దిశలో నిర్దేశించగలగాలి.

ఫుట్‌వర్క్ ఖచ్చితత్వం మరియు నియంత్రణను మెరుగుపరచడానికి కొన్ని చిట్కాలు:

- మీ కదలికలను నెమ్మదిగా ప్రారంభించండి మరియు క్రమంగా వేగాన్ని పెంచండి.
- ప్రతి కదలికను స్పష్టంగా మరియు సమర్థవంతంగా చేయడానికి ప్రయత్నించండి.
- మీ శరీరాన్ని ఎలా ఉపయోగించాలో తెలుసుకోండి మరియు మీ కదలికలను సరైన దిశలో నిర్దేశించగలగాలి.
- ప్రతిరోజూ ఫుట్‌వర్క్ శిక్షణ పొందండి.

ఫుట్‌వర్క్ ఖచ్చితత్వం మరియు నియంత్రణను మెరుగుపరచడానికి కొంత సమయం మరియు కృషి అవసరం. అయితే, ఈ నైపుణ్యాలను అభివృద్ధి చేయడం వల్ల మీ నృత్యం మరింత సమర్థవంతంగా మరియు ఆకర్షణీయంగా మారుతుంది.

సంగీతత్వం మరియు టైమింగ్: బీట్‌కు నృత్యం చేయడం

పరిచయం

నృత్యం అనేది సంగీతంతో కలిసి జరుగుతుంది. సంగీతం యొక్క తాళం, శ్రావ్యత మరియు భావోద్వేగాలను అర్థం చేసుకోగలగడం మరియు వాటికి అనుగుణంగా మీ కదలికలను సమన్వయం చేయగలగడం ముఖ్యం.

సంగీతత్వం మరియు టైమింగ్‌ను మెరుగుపరచడానికి అనేక మార్గాలు ఉన్నాయి.

సంగీతత్వం

సంగీతత్వం అనేది సంగీతం యొక్క భావోద్వేగాలను అర్థం చేసుకోగలగడం. ఇది సంగీతం యొక్క తాళం, శ్రావ్యత మరియు భావోద్వేగాలను అర్థం చేసుకోవడానికి సంబంధించినది.

సంగీతత్వాన్ని మెరుగుపరచడానికి, మీరు వివిధ రకాల సంగీతాన్ని వినడం ప్రారంభించవచ్చు. మీరు సంగీతం యొక్క భావోద్వేగాలను అర్థం చేసుకోవడానికి ప్రయత్నించవచ్చు మరియు మీరు నృత్యం చేస్తున్న సంగీతంతో ఎలా కనెక్ట్ అవుతారో చూడవచ్చు.

టైమింగ్

టైమింగ్ అనేది మీ కదలికలను సంగీతం యొక్క తాళంతో సమన్వయం చేయగలగడం. ఇది మీరు సంగీతం యొక్క బీట్ కు అనుగుణంగా కదులుతున్నారో లేదో నిర్ణయిస్తుంది.

టైమింగ్‌ను మెరుగుపరచడానికి, మీరు నెమ్మదిగా ప్రారంభించి, క్రమంగా వేగాన్ని పెంచాలి. మీరు మీ కదలికలను సంగీతం యొక్క బీట్‌కు అనుగుణంగా చేయడానికి ప్రయత్నించాలి.

సంగీతత్వం మరియు టైమింగ్‌ను మెరుగుపరచడానికి కొన్ని చిట్కాలు:

వివిధ రకాల సంగీతాన్ని వినండి.

సంగీతం యొక్క భావోద్వేగాలను అర్థం చేసుకోవడానికి ప్రయత్నించండి.

నెమ్మదిగా ప్రారంభించి, క్రమంగా వేగాన్ని పెంచండి.

మీ కదలికలను సంగీతం యొక్క బీట్‌కు అనుగుణంగా చేయడానికి ప్రయత్నించండి.

సంగీతత్వం మరియు టైమింగ్ రెండూ నృత్యానికి ముఖ్యమైన అంశాలు. అవి మీ నృత్యాన్ని మరింత సమర్థవంతంగా మరియు ఆకర్షణీయంగా చేస్తాయి.

శరీర కదలిక మరియు వ్యక్తీకరణ: మీ నృత్యాన్ని జీవనం తీసుకురావడం

పరిచయం

నృత్యం అనేది శరీరం ద్వారా కథలు చెప్పడం. మీరు మీ శరీర కదలికలను ఉపయోగించి మీ భావోద్వేగాలను, ఆలోచనలను మరియు కథలను వ్యక్తీకరించవచ్చు.

మీ నృత్యాన్ని మరింత జీవనం తీసుకురావడానికి, మీరు మీ శరీర కదలికలను మరియు వ్యక్తీకరణను మెరుగుపరచడానికి కృషి చేయాలి.

శరీర కదలిక

శరీర కదలిక అనేది నృత్యంలో ఒక ముఖ్యమైన అంశం. మీరు మీ శరీరాన్ని ఎలా కదులుతున్నారో, మీరు ఎలా స్థానంలో ఉన్నారో మరియు మీరు ఎలా వేగవంతం చేస్తున్నారో లేదా నెమ్మదించారో నిర్ణయిస్తుంది.

శరీర కదలికను మెరుగుపరచడానికి, మీరు మీ శరీర యొక్క శక్తి మరియు సామర్థ్యాన్ని అర్థం చేసుకోవాలి. మీరు మీ కదలికలను సమర్థవంతంగా మరియు ఖచ్చితంగా చేయడానికి ప్రయత్నించాలి.

వ్యక్తీకరణ

వ్యక్తీకరణ అనేది నృత్యంలో మరొక ముఖ్యమైన అంశం. మీరు మీ శరీర కదలికలను ఉపయోగించి మీ భావోద్వేగాలను, ఆలోచనలను మరియు కథలను వ్యక్తీకరించవచ్చు.

వ్యక్తీకరణను మెరుగుపరచడానికి, మీరు మీ శరీరం ద్వారా ఎలా కమ్యూనికేట్ చేయవచ్చో తెలుసుకోవాలి. మీరు మీ కదలికలను మరింత స్పష్టంగా మరియు శక్తివంతంగా చేయడానికి ప్రయత్నించాలి.

శరీర కదలిక మరియు వ్యక్తీకరణను మెరుగుపరచడానికి కొన్ని చిట్కాలు:

- మీ శరీరాన్ని ఎలా కదులుతున్నారో గమనించండి. మీ కదలికలను సమర్థవంతంగా మరియు ఖచ్చితంగా చేయడానికి ప్రయత్నించండి.
- మీ భావోద్వేగాలను ఎలా వ్యక్తీకరించవచ్చో ప్రయోగాలు చేయండి. మీరు మీ శరీరం ద్వారా మీ భావోద్వేగాలను ఎలా మరింత స్పష్టంగా మరియు శక్తివంతంగా వ్యక్తీకరించవచ్చో చూడండి.
- ప్రతిరోజూ శిక్షణ పొందండి. మీ శరీర కదలికలను మరియు వ్యక్తీకరణను మెరుగుపరచడానికి సమయం కేటాయించండి.

శరీర కదలిక మరియు వ్యక్తీకరణ రెండూ నృత్యానికి ముఖ్యమైన అంశాలు. అవి మీ నృత్యాన్ని మరింత జీవనం తీసుకురావడానికి మరియు మీ ప్రేక్షకులను మరింత ఆకట్టుకునేలా చేయడానికి సహాయపడతాయి.

భంగిమ మరియు బ్యాలెన్స్ నైపుణ్యం: బలం మరియు గ్రేస్‌ను కనుగొనడం

పరిచయం

భంగిమ మరియు బ్యాలెన్స్ అనేవి నృత్యంలో రెండు ముఖ్యమైన అంశాలు. అవి మీ శరీరాన్ని ఎలా నిర్వహించాలో, మీరు ఎలా కదులుతున్నారో మరియు మీరు ఎలా కనిపిస్తున్నారో నిర్ణయిస్తాయి.

భంగిమ మరియు బ్యాలెన్స్ నైపుణ్యాన్ని మెరుగుపరచడానికి, మీరు మీ శరీరాన్ని బలంగా మరియు సమతుల్యంగా ఉంచడానికి కృషి చేయాలి.

భంగిమ

భంగిమ అనేది మీ శరీరాన్ని ఎలా నిర్వహించాలో సంబంధించినది. మీరు మీ శరీరాన్ని సరైన స్థానంలో ఉంచడం ద్వారా మీ శరీరాన్ని ఆరోగ్యంగా మరియు స్థిరంగా ఉంచవచ్చు.

భంగిమను మెరుగుపరచడానికి, మీరు మీ శరీరాన్ని ఎలా నిర్వహించాలో గమనించడం ప్రారంభించవచ్చు. మీరు మీ భుజాలు, నడుము మరియు పాదాలను సరైన స్థానంలో ఉంచడానికి ప్రయత్నించాలి. మీరు మీ శరీరాన్ని మరింత సమతుల్యంగా ఉంచడానికి మీ కండరాలను ఎలా ఉపయోగించాలో కూడా నేర్చుకోవాలి.

బ్యాలెన్స్

బ్యాలెన్స్ అనేది మీరు ఎలా కదులుతున్నారో సంబంధించినది. మీరు మీ శరీరాన్ని సమతుల్యంగా ఉంచడం ద్వారా మీ కదలికలను మరింత సున్నితంగా మరియు సమర్థవంతంగా చేయవచ్చు.

బ్యాలెన్స్‌ను మెరుగుపరచడానికి, మీరు మీ శరీరాన్ని సమతుల్యంగా ఉంచడానికి మీ కండరాలను ఎలా ఉపయోగించాలో నేర్చుకోవాలి. మీరు మీ శరీరాన్ని మరింత సమతుల్యంగా ఉంచడానికి మీ కదలికలను ఎలా సర్దుబాటు చేయాలో కూడా నేర్చుకోవాలి.

భంగిమ మరియు బ్యాలెన్స్ నైపుణ్యాన్ని మెరుగుపరచడానికి కొన్ని చిట్కాలు:

- మీ శరీరాన్ని గమనించండి. మీరు మీ శరీరాన్ని ఎలా నిర్వహించాలో మరియు మీరు ఎలా కదులుతున్నారో గమనించండి.
- మీ భుజాలు, నడుము మరియు పాదాలను సరైన స్థానంలో ఉంచడానికి ప్రయత్నించండి.
- మీ కండరాలను ఎలా ఉపయోగించాలో నేర్చుకోండి.
- మీ కదలికలను సమర్థవంతంగా మరియు సున్నితంగా చేయడానికి ప్రయత్నించండి.
- ప్రతిరోజూ శిక్షణ పొందండి.

భంగిమ మరియు బ్యాలెన్స్ నైపుణ్యం రెండూ నృత్యానికి ముఖ్యమైన అంశాలు. అవి మీ నృత్యాన్ని మరింత అందంగా మరియు ఆకర్షణీయంగా చేయడంలో సహాయపడతాయి.

ఆత్మవిశ్వాసం మరియు ప్రదర్శన: డాన్స్ ఫ్లోర్‌పై మెరిసే

పరిచయం

నృత్యం అనేది ఒక కళా ప్రక్రియ, ఇది శరీరం ద్వారా కథలు చెప్పడానికి ఉపయోగించబడుతుంది. మీరు మీ నృత్యాన్ని మరింత ఆకర్షణీయంగా మరియు ఆకట్టుకునేలా చేయాలనుకుంటే, ఆత్మవిశ్వాసం మరియు ప్రదర్శన చాలా ముఖ్యం.

ఆత్మవిశ్వాసం

ఆత్మవిశ్వాసం అనేది మీరు మీ స్వంత సామర్థ్యాలపై నమ్మకం కలిగి ఉండటం. మీరు మీ నృత్యంలో ఆత్మవిశ్వాసాన్ని కలిగి ఉంటే, మీరు మీ కదలికలను మరింత సున్నితంగా మరియు సమర్థవంతంగా చేయగలుగుతారు. మీరు మీ ప్రేక్షకులను మరింత ఆకట్టుకునేలా చేయగలుగుతారు.

ఆత్మవిశ్వాసాన్ని పెంచుకోవడానికి కొన్ని చిట్కాలు:

- మీ నృత్యంలో మీరు మెరుగుపడుతున్నారని నమ్మకోండి. మీరు ప్రతిరోజూ శిక్షణ పొందుతూ ఉన్నారని మరియు మీ నైపుణ్యాలను మెరుగుపరుచుకుంటున్నారని గుర్తుంచుకోండి.
- మీరు నృత్యం చేస్తున్నప్పుడు, మీరు ప్రేక్షకులను ఆకట్టుకోవాలని ప్రయత్నించడం మానుకోండి. మీరు మీ నృత్యంపై దృష్టి పెట్టండి మరియు మీరు ఆస్వాదించేలా చేయండి.

- మీరు నృత్యం చేస్తున్నప్పుడు, మీరు ఒకేలా అనిపించకూడదు. మీరు మీ స్వంత శైలిని కనుగొనండి మరియు దానిని ప్రదర్శించండి.

ప్రదర్శన

ప్రదర్శన అనేది మీ నృత్యాన్ని ఇతరులకు చూపించడం. మీరు మీ నృత్యంలో ఆత్మవిశ్వాసాన్ని కలిగి ఉంటే, మీరు మీ ప్రేక్షకులను మరింత ఆకట్టుకునేలా చేయగలుగుతారు.

ప్రదర్శనను మెరుగుపరచడానికి కొన్ని చిట్కాలు:

- మీ నృత్యంపై ముందుగానే ప్రాక్టీస్ చేయండి. మీరు మీ కదలికలను సున్నితంగా మరియు సమర్థవంతంగా చేయగలరని నిర్ధారించుకోండి.
- మీ ప్రేక్షకులను చూడండి. మీరు వారితో కనెక్ట్ అవుతారని నిర్ధారించుకోండి.
- ఆనందించండి! మీరు మీ నృత్యాన్ని ఆస్వాదిస్తే, మీ ప్రేక్షకులు కూడా దాన్ని ఆస్వాదిస్తారు.

ఆత్మవిశ్వాసం మరియు ప్రదర్శన రెండూ నృత్యానికి ముఖ్యమైన అంశాలు. అవి మీ నృత్యాన్ని మరింత ఆకర్షణీయంగా మరియు ఆకట్టుకునేలా చేయడంలో సహాయపడతాయి.

Chapter 5: Intermediate Choreography and Beyond

అధ్యాయం 5: ఇంటర్మీడియట్ కొరియోగ్రఫీ మరియు అంతకు మించి

కొరియోగ్రఫీ నేర్చుకోవడం: దశలను విడదీయడం

పరిచయం

కొరియోగ్రఫీ అనేది నృత్య కదలికలను రూపొందించే ప్రక్రియ. ఇది ఒక కష్టమైన నైపుణ్యం, కానీ అది నేర్చుకోవడానికి అసాధ్యం కాదు.

కొరియోగ్రఫీ నేర్చుకోవడానికి ఒక మంచి మార్గం దశలను విడదీయడం. దీని అర్థం మీరు మొత్తం కొరియోగ్రఫీని నేర్చుకోవడానికి ప్రయత్నించకుండా, చిన్న భాగాలగా దానిని విభజించడం.

దశలను విడదీయడం యొక్క ప్రయోజనాలు

దశలను విడదీయడం కొరియోగ్రఫీ నేర్చుకోవడానికి అనేక ప్రయోజనాలను కలిగి ఉంది. ఇది:

ప్రక్రియను సులభతరం చేస్తుంది. మీరు ఒకేసారి చాలా విషయాలను నేర్చుకోవడానికి ప్రయత్నించాల్సిన అవసరం లేదు.

ప్రగతిని ట్రాక్ చేయడం సులభతరం చేస్తుంది. మీరు ప్రతి దశను నేర్చుకున్నప్పుడు, మీరు ముందుకు సాగుతున్నారని మీరు చూడగలరు.

మీరు సృజనాత్మకంగా ఉండటానికి అనుమతిస్తుంది. మీరు ప్రతి దశను మీ స్వంతంగా అన్వేషించవచ్చు మరియు మీ స్వంత స్పర్శను జోడించవచ్చు.

దశలను విడదీయడానికి కొన్ని చిట్కాలు

దశలను విడదీయడానికి కొన్ని చిట్కాలు ఇక్కడ ఉన్నాయి:

మీరు నృత్యం చేయాలనుకుంటున్న సంగీతాన్ని వినండి. సంగీతం మీ కొరియోగ్రఫీకి శక్తిని ఇస్తుంది మరియు మీకు ఊపిరి పీల్చుకునే సమయాన్ని ఇస్తుంది.

మీ కదలికలను చిన్న భాగాలుగా విభజించండి. ఒక కదలికను చిన్న విభాగాలుగా విభజించడం దానిని నేర్చుకోవడాన్ని సులభతరం చేస్తుంది.

ప్రతి దశను నేర్చుకున్న తర్వాత దానిపై ప్రాక్టీస్ చేయండి. మీరు ప్రతి దశను సున్నితంగా మరియు సమర్థవంతంగా చేయగలరని నిర్ధారించుకోండి.

కొరియోగ్రఫీ నేర్చుకోవడానికి దశలను విడదీయడం ఒక గొప్ప మార్గం. ఇది ప్రక్రియను సులభతరం చేస్తుంది మరియు మీరు ముందుకు సాగుతున్నారని మీకు తెలియజేస్తుంది.

ప్రయోజనంతో ప్రాక్టీస్ చేయడం: సమర్థవంతమైన మరియు ప్రభావవంతమైన డ్రిల్స్

పరిచయం

నృత్యంలో, ప్రాక్టీస్ మెరుగుపరుస్తుంది. మీరు ఎంత ఎక్కువ ప్రాక్టీస్ చేస్తే, మీరు మరింత మెరుగ్గా ఉంటారు. అయితే, ప్రాక్టీస్ అనేది ప్రయోజనంతో ఉండాలి. మీరు మీ సమయాన్ని మరియు శక్తిని సమర్థవంతంగా ఉపయోగించాలి.

డ్రిల్స్ అనేవి మీ నృత్య నైపుణ్యాలను మెరుగుపరచడానికి ఉపయోగించే చిన్న, సాధారణ కదలికలు. అవి మీకు మీ కదలికలను సమర్థవంతంగా మరియు ఖచ్చితంగా చేయడంలో సహాయపడతాయి.

సమర్థవంతమైన మరియు ప్రభావవంతమైన డ్రిల్స్

సమర్థవంతమైన మరియు ప్రభావవంతమైన డ్రిల్స్ కొన్ని లక్షణాలను కలిగి ఉంటాయి:

అవి నిర్దిష్టమైన లక్ష్యాన్ని కలిగి ఉంటాయి. మీరు ఏమి మెరుగుపరచాలనుకుంటున్నారో మీకు తెలియజేయడానికి డ్రిల్‌కు ఒక లక్ష్యం ఉండాలి.

అవి సాధారణం. డ్రిల్‌లు చేయడానికి సులభం మరియు అర్థం చేసుకోవడానికి సులభం.

అవి పునరావృతమయ్యేవి. మీరు డ్రిల్‌ను ఎంత ఎక్కువసార్లు చేస్తే, మీరు మరింత మెరుగుపడతారు.

సమర్థవంతమైన మరియు ప్రభావవంతమైన డ్రిల్‌ల కొన్ని ఉదాహరణలు ఇక్కడ ఉన్నాయి:

ఫుట్‌వర్క్ డ్రిల్స్: ఈ డ్రిల్స్ మీరు మీ ఫుట్‌వర్క్‌ను మెరుగుపరచడంలో సహాయపడతాయి.

కోర్ ఫోర్స్ డ్రిల్స్: ఈ డ్రిల్స్ మీరు మీ కోర్ బలాన్ని మెరుగుపరచడంలో సహాయపడతాయి.

స్ట్రెచింగ్ డ్రిల్స్: ఈ డ్రిల్స్ మీరు మీ శరీరాన్ని సున్నితంగా మరియు సమతుల్యంగా ఉంచడంలో సహాయపడతాయి.

డ్రిల్‌లను ఎలా ఉపయోగించాలి

డ్రిల్‌లను ఉపయోగించడానికి ఇక్కడ కొన్ని చిట్కాలు ఉన్నాయి:

మీరు ఒకేసారి చాలా డ్రిల్‌లను చేయడం మానుకోండి. మీరు మీ శరీరాన్ని ఓవర్‌లోడ్ చేయకూడదు.

ప్రతి డ్రిల్‌ను 10-15 నిమిషాలు చేయండి.

మీరు డ్రిల్‌ను చేస్తున్నప్పుడు మీ శరీరాన్ని మరియు కదలికలను గమనించండి. మీరు ఏమి మెరుగుపరచాలనుకుంటున్నారో ఆలోచించండి.

డ్రిల్‌లు మీరు మీ నృత్య నైపుణ్యాలను మెరుగుపరచడానికి ఒక గొప్ప మార్గం.

కొరియోగ్రఫీకి సంగీతత్వం మరియు శైలిని జోడించడం

పరిచయం

కొరియోగ్రఫీ అనేది నృత్య కదలికలను రూపొందించే ప్రక్రియ. ఇది ఒక కష్టమైన నైపుణ్యం, కానీ అది నేర్చుకోవడానికి అసాధ్యం కాదు.

కొరియోగ్రఫీని మరింత ఆకర్షణీయంగా మరియు ఆకట్టుకునేలా చేయడానికి, మీరు దానికి సంగీతత్వం మరియు శైలిని జోడించాలి.

సంగీతత్వం

సంగీతత్వం అనేది కొరియోగ్రఫీని సంగీతంతో సమన్వయం చేయడం. ఇది కదలికలను సంగీతం యొక్క తాళం, శ్రావ్యత మరియు భావోద్వేగాలతో సరిపోల్చడం.

సంగీతత్వాన్ని జోడించడానికి కొన్ని చిట్కాలు ఇక్కడ ఉన్నాయి:

కదలికలను సంగీతం యొక్క తాళంతో సరిపోల్చండి. కదలికలు సంగీతం యొక్క బీట్‌తో ఖచ్చితంగా సరిపోలాలి.

కదలికలను సంగీతం యొక్క శ్రావ్యతతో సరిపోల్చండి. కదలికలు సంగీతం యొక్క తాళంతో సహజంగా కదిలేలా ఉండాలి.

కదలికలను సంగీతం యొక్క భావోద్వేగాలతో సరిపోల్చండి. కదలికలు సంగీతం యొక్క భావోద్వేగాలను ప్రతిబింబించేలా ఉండాలి.

శైలి

శైలి అనేది కొరియోగ్రఫీకి వ్యక్తిగత ముద్రను జోడించడం. ఇది కదలికలను మరింత ఆకర్షణీయంగా మరియు గుర్తుంచుకోగలిగేలా చేస్తుంది.

శైలిని జోడించడానికి కొన్ని చిట్కాలు ఇక్కడ ఉన్నాయి:

మీ స్వంత వ్యక్తిగత శైలిని కనుగొనండి. మీరు ఏమి ఇష్టపడతారో మరియు మీరు ఎలా కదలాలనుకుంటారో ఆలోచించండి.

మీరు ఇతర కొరియోగ్రఫీల నుండి ప్రేరణ పొందండి. ఇతర కళాకారుల పనిని గమనించండి మరియు మీరు ఆనందించే విషయాలను గుర్తించండి.

ప్రయోగాలు చేయడానికి భయపడకండి. కొత్త విషయాలను ప్రయత్నించడం ద్వారా, మీరు మీ స్వంత శైలిని కనుగొనడానికి మరింత దగ్గరగా వస్తారు.

సంగీతత్వం మరియు శైలిని జోడించడం ద్వారా, మీరు మీ కొరియోగ్రఫీని మరింత ఆకర్షణీయంగా మరియు ఆకట్టుకునేలా చేయవచ్చు. ఇది మీ కదలికలను మరింత సమర్థవంతంగా మరియు సహజంగా కనిపించేలా చేస్తుంది.

ఇంప్రొవైజేషన్ మరియు సృజనాత్మకత: మీ స్వంత ఫ్లెయిర్‌ను జోడించడం

పరిచయం

నృత్యం అనేది ఒక సృజనాత్మక ప్రక్రియ. మీరు మీ కదలికలను మరియు కొరియోగ్రఫీని సృష్టించడానికి మీ స్వంత ఆలోచనలు మరియు భావాలను ఉపయోగించవచ్చు.

ఇంప్రొవైజేషన్ అనేది మీ సృజనాత్మకతను అన్వేషించడానికి ఒక గొప్ప మార్గం. ఇది మీకు క్షణంలో ఉండటానికి మరియు మీ ఇంద్రియాలను వినడానికి అనుమతిస్తుంది.

ఇంప్రొవైజేషన్‌ను మెరుగుపరచడానికి కొన్ని చిట్కాలు ఇక్కడ ఉన్నాయి:

సాధారణ కదలికలతో ప్రారంభించండి. మీరు మరింత అనుభవం పొందిన తర్వాత, మీరు మరింత సంక్లిష్టమైన కదలికలను ప్రయత్నించవచ్చు.

మీరు ఇష్టపడే సంగీతంతో ప్రారంభించండి. సంగీతం మీకు ప్రేరణ ఇవ్వడంలో మరియు మీ కదలికలను సృష్టించడంలో సహాయపడుతుంది.

ప్రయోగాలు చేయడానికి భయపడకండి. కొత్త విషయాలను ప్రయత్నించడం ద్వారా, మీరు మీ స్వంత శైలిని కనుగొనడానికి మరింత దగ్గరగా వస్తారు.

ఇంప్రొవైజేషన్‌ను మీ నృత్యంలో చేర్చడానికి కొన్ని మార్గాలు ఇక్కడ ఉన్నాయి:

మీ కొరియోగ్రఫీలో కొన్ని ఇంప్రొవైజేషన్ సెగ్మెంట్లను చేర్చండి.

ఒక కొత్త కదలికను లేదా ప్రతిస్పందనను ఇంప్రొవైజ్ చేయడానికి మిమ్మల్ని మీరు సవాలు చేయండి.

ఇతర నృత్యకారులతో ఇంప్రొవైజేషన్ చేయండి.

సృజనాత్మకత అనేది మీ నృత్యాన్ని మరింత ఆసక్తికరంగా మరియు ఆకట్టుకునేలా చేయడానికి ఒక గొప్ప మార్గం. ఇంప్రొవైజేషన్ మరియు ప్రయోగాలు చేయడం ద్వారా, మీరు మీ స్వంత శైలిని కనుగొనవచ్చు మరియు మీ నృత్యానికి మీ స్వంత ఫ్లెయిర్‌ను జోడించవచ్చు.

ప్రదర్శనకు సిద్ధం: ఆత్మవిశ్వాసం మరియు స్టేజ్ ప్రెజెన్స్

పరిచయం

ప్రదర్శనకు సిద్ధం కావడం అనేది ఒక ఒత్తిడితో కూడిన ప్రక్రియ కావచ్చు. మీరు మీ నృత్యాన్ని స్పష్టంగా చేయగలరని మరియు మీ ప్రేక్షకులను ఆకట్టుకుంటారని మీరు ఆందోళన చెందుతారు.

ఆత్మవిశ్వాసం మరియు స్టేజ్ ప్రెజెన్స్ రెండూ ప్రదర్శనలో ముఖ్యమైనవి. ఆత్మవిశ్వాసం మీకు మీ కదలికలను సమర్థవంతంగా మరియు ఖచ్చితంగా చేయడంలో సహాయపడుతుంది. స్టేజ్ ప్రెజెన్స్ మీరు ప్రేక్షకులతో కనెక్ట్ అవ్వడంలో మరియు వారి దృష్టిని ఆకర్షించడంలో సహాయపడుతుంది.

ఆత్మవిశ్వాసాన్ని పెంచుకోవడానికి కొన్ని చిట్కాలు ఇక్కడ ఉన్నాయి:

- మీ నృత్యాన్ని శ్రద్ధగా ప్రాక్టీస్ చేయండి. మీరు మీ కదలికలను సమర్థవంతంగా మరియు ఖచ్చితంగా చేయగలరని మీరు తెలిస్తే, మీరు మరింత ఆత్మవిశ్వాసంగా ఉంటారు.
- మీ వ్యక్తిగత శైలిని కనుగొనండి. మీరు మీ నృత్యంలో మీ స్వంత ముద్రను కలిగి ఉంటే, మీరు మరింత ఆత్మవిశ్వాసంగా ఉంటారు.
- మీ ప్రేక్షకుల గురించి ఆలోచించండి. మీరు మీ ప్రేక్షకులను ఆనందించడానికి నృత్యం చేస్తున్నారని

గుర్తుంచుకోండి. మీరు మీ ప్రేక్షకులతో కనెక్ట్ అయితే, మీరు మరింత ఆత్మవిశ్వాసంగా ఉంటారు.

స్టేజ్ ప్రెజెన్స్‌ను మెరుగుపరచడానికి కొన్ని చిట్కాలు ఇక్కడ ఉన్నాయి:

- మీ శరీర భాషను ఉపయోగించండి. మీ భుజాలు వెనక్కి మరియు మీ తల పైకి ఉంచండి. మీ కళ్ళు ప్రేక్షకులను చూడండి.
- మీ స్థలాన్ని ఆక్రమించండి. మీరు స్టేజ్‌పై ఉంటే, మీరు అక్కడ ఉన్నారని మీ ప్రేక్షకులకు తెలియజేయండి.
- మీ శ్వాసను నియంత్రించండి. మీరు ఆందోళన చెందుతున్నట్లయితే, లోతుగా శ్వాస తీసుకోండి మరియు మీ శ్వాసను సడలించండి.

ప్రదర్శనకు సిద్ధం కావడానికి, మీరు మీ నృత్యాన్ని శ్రద్ధగా ప్రాక్టీస్ చేయాలి మరియు మీ ఆత్మవిశ్వాసాన్ని మరియు స్టేజ్ ప్రెజెన్స్‌ను పెంచుకోవాలి. ఈ విషయాలను చేయడం ద్వారా, మీరు మీ ప్రదర్శనను అద్భుతంగా చేయగలరని మరియు మీ ప్రేక్షకులను ఆకట్టుకుంటారని మీరు నిర్ధారించుకోవచ్చు.

Chapter 6: Salsa Styles and Variations

అధ్యాయం 6: సాల్సా శైలులు మరియు వైవిధ్యాలు

వివిధ సాల్సా శైలులను అన్వేషణ: క్యూబన్, On2, LA, మొదలైనవి.

పరిచయం

సాల్సా అనేది లాటిన్ అమెరికాలో పుట్టిన ఒక జానపద నృత్యం. ఇది క్యూబాలో ఉద్భవించింది మరియు అక్కడ నుండి ప్రపంచవ్యాప్తంగా వ్యాపించింది. సాల్సా అనేక విభిన్న శైలులలో నృత్యం చేయబడుతుంది, ప్రతి ఒక్కటి దాని స్వంత ప్రత్యేకమైన లక్షణాలను కలిగి ఉంటుంది.

క్యూబన్ సాల్సా

క్యూబన్ సాల్సా అనేది సాల్సా యొక్క అసలు శైలి. ఇది క్యూబాలో పుట్టింది మరియు అక్కడ ఇప్పటికీ ప్రజాదరణ పొందింది. క్యూబన్ సాల్సా సాధారణంగా చాలా వేగంగా మరియు శక్తివంతంగా ఉంటుంది. ఇది చాలా కదలిక మరియు శక్తిని కలిగి ఉంటుంది.

On2 సాల్సా

On2 సాల్సా అనేది క్యూబన్ సాల్సా యొక్క ఒక రకం. ఇది ఒకే తాళంలో నృత్యం చేయబడుతుంది, ఇది క్యూబన్ సాల్సాలో ఉపయోగించే తాళం నుండి భిన్నంగా ఉంటుంది. On2 సాల్సా

సాధారణంగా కొంచెం నెమ్మదిగా మరియు మరింత సౌకర్యవంతంగా ఉంటుంది. ఇది మరింత సమతుల్యత మరియు నియంత్రణను కలిగి ఉంటుంది.

LA సాల్సా

LA సాల్సా అనేది క్యూబన్ సాల్సా యొక్క మరొక రకం. ఇది Los Angelesలో అభివృద్ధి చెందింది మరియు అక్కడ ఇప్పటికీ ప్రజాదరణ పొందింది. LA సాల్సా సాధారణంగా కొంచెం నెమ్మదిగా మరియు మరింత సౌకర్యవంతంగా ఉంటుంది. ఇది మరింత ఆకర్షణీయమైన కదలికలను కలిగి ఉంటుంది.

శాన్ జువాన్ సాల్సా

శాన్ జువాన్ సాల్సా అనేది క్యూబన్ సాల్సా యొక్క మరొక రకం. ఇది శాన్ జువాన్, ప్యూర్టో రికోలో అభివృద్ధి చెందింది. శాన్ జువాన్ సాల్సా సాధారణంగా కొంచెం వేగంగా మరియు శక్తివంతంగా ఉంటుంది. ఇది చాలా కదలిక మరియు శక్తిని కలిగి ఉంటుంది.

అన్యమైన శైలులు

సాల్సా యొక్క ఇతర శైలులలో మెక్సికన్ సాల్సా, కోస్టారికన్ సాల్సా మరియు క్యూబన్ డ్రాన్ సాల్సా ఉన్నాయి. ఈ శైలులన్నీ వాటి స్వంత ప్రత్యేకమైన లక్షణాలను కలిగి ఉన్నాయి.

ఫుట్‌వర్క్ మరియు టెక్నిక్ వైవిధ్యాలు: వివిధ శైలులకు అనుగుణంగా మార్పు

పరిచయం

నృత్యం అనేది ఒక సమగ్ర కళ. ఇది శరీర కదలికలు, సంగీతం మరియు భావోద్వేగాలను కలిగి ఉంటుంది. నృత్యంలో, ఫుట్‌వర్క్ మరియు టెక్నిక్ రెండూ ముఖ్యమైనవి. ఫుట్‌వర్క్ అనేది నృత్యంలో మీ పాదాల ఉపయోగం, అయితే టెక్నిక్ అనేది మీరు మీ శరీరాన్ని ఎలా ఉపయోగిస్తారో.

వివిధ నృత్య శైలులకు విభిన్న ఫుట్‌వర్క్ మరియు టెక్నిక్ అవసరమవుతుంది. ఉదాహరణకు, బాలెట్ శైలిలో, ఫుట్‌వర్క్ సాధారణంగా చిన్నది మరియు నియంత్రితంగా ఉంటుంది, అయితే జాజ్ శైలిలో, ఫుట్‌వర్క్ సాధారణంగా పెద్దది మరియు స్వేచ్ఛగా ఉంటుంది.

సాల్సా శైలులలో కూడా ఫుట్‌వర్క్ మరియు టెక్నిక్‌లో వైవిధ్యాలు ఉన్నాయి. క్యూబన్ సాల్సాలో, ఫుట్‌వర్క్ సాధారణంగా చిన్నది మరియు శక్తివంతంగా ఉంటుంది, అయితే On2 సాల్సాలో, ఫుట్‌వర్క్ సాధారణంగా పెద్దది మరియు సమతుల్యంగా ఉంటుంది.

క్యూబన్ సాల్సా ఫుట్‌వర్క్

క్యూబన్ సాల్సాలో, ఫుట్‌వర్క్ సాధారణంగా చిన్నది మరియు శక్తివంతంగా ఉంటుంది. నృత్యకారులు తమ పాదాలను చిన్న, స్పష్టమైన కదలికలలో ఉపయోగిస్తారు. వారు తమ పాదాలను స్థిరంగా ఉంచడానికి మరియు మరింత శక్తిని ఉత్పత్తి చేయడానికి శరీర బరువును ఉపయోగిస్తారు.

On2 సాల్సా ఫుట్‌వర్క్

On2 సాల్సాలో, ఫుట్‌వర్క్ సాధారణంగా పెద్దది మరియు సమతుల్యంగా ఉంటుంది. నృత్యకారులు తమ పాదాలను పెద్ద, సున్నితమైన కదలికలలో ఉపయోగిస్తారు. వారు తమ పాదాలను సమతుల్యంగా ఉంచడానికి మరియు మరింత సౌకర్యవంతంగా ఉండటానికి తమ శరీర బరువును సమానంగా పంపిణీ చేస్తారు.

ఇతర శైలుల ఫుట్‌వర్క్

సాల్సా యొక్క ఇతర శైలులలో, ఫుట్‌వర్క్ కూడా విభిన్నంగా ఉంటుంది. ఉదాహరణకు, LA సాల్సాలో, ఫుట్‌వర్క్ సాధారణంగా క్యూబన్ సాల్సా కంటే కొంచెం పెద్దది మరియు సౌకర్యవంతంగా ఉంటుంది. శాన్ జువాన్ సాల్సాలో, ఫుట్‌వర్క్ సాధారణంగా క్యూబన్ సాల్సా కంటే కొంచెం వేగంగా మరియు శక్తివంతంగా ఉంటుంది.

భాగస్వామ్య శైలులు: స్పెక్ట్రమ్‌లో అంతటా కనెక్ట్ అవ్వడం

పరిచయం

నృత్యం అనేది ఒక సమగ్ర కళ. ఇది శరీర కదలికలు, సంగీతం మరియు భావోద్వేగాలను కలిగి ఉంటుంది. నృత్యంలో, శైలులు అనేవి కదలికల సమితి, ఇవి సాంప్రదాయం, సంస్కృతి లేదా వ్యక్తిగత ప్రాధాన్యతల ఆధారంగా ఉంటాయి.

నృత్య శైలులు తరచుగా రెండు విస్తృత వర్గాలుగా విభజించబడతాయి: క్లాసికల్ మరియు జానపద. క్లాసికల్ నృత్యం అనేది నిర్దిష్ట నియమాలు మరియు నియమాలను అనుసరించే ఒక సంప్రదాయ శైలి. జానపద నృత్యం అనేది ప్రజల మధ్య సంప్రదాయంగా ప్రసారం చేయబడిన ఒక స్వేచ్ఛా శైలి.

ఈ రెండు వర్గాల మధ్య, అనేక భాగస్వామ్య శైలులు ఉన్నాయి. ఈ శైలులు రెండు వర్గాల లక్షణాలను కలిగి ఉంటాయి మరియు రెండింటి మధ్య ఒక సంతృప్తికరమైన మధ్యస్థాన్ని అందిస్తాయి.

కొన్ని ఉదాహరణలు

కొన్ని భాగస్వామ్య శైలుల ఉదాహరణలు ఇక్కడ ఉన్నాయి:

- బాలెట్ హాప్: ఇది బాలెట్ మరియు జాజ్ యొక్క శైలులను కలిగి ఉంటుంది. ఇది బాలెట్ యొక్క శక్తి మరియు నియంత్రణను జాజ్ యొక్క స్వేచ్ఛ మరియు శక్తితో కలిపి ఉంచుతుంది.

- బ్రెజిలియన్ జాజ్ : ఇది బాలెట్ మరియు బ్రెజిలియన్ జానపద నృత్యాల యొక్క శైలులను కలిగి ఉంటుంది. ఇది బాలెట్ యొక్క సౌందర్యం మరియు శిల్పంతో బ్రెజిలియన్ జానపద నృత్యాల యొక్క శక్తి మరియు ఉత్సాహాన్ని కలిపి ఉంచుతుంది.
- ఆఫ్రికన్ ఫంక్ : ఇది ఆఫ్రికన్ నృత్యం మరియు జాజ్ యొక్క శైలులను కలిగి ఉంటుంది. ఇది ఆఫ్రికన్ నృత్యాల యొక్క శక్తి మరియు ఊపిరితో జాజ్ యొక్క స్వేచ్ఛ మరియు శక్తిని కలిపి ఉంచుతుంది.

ప్రయోజనాలు

భాగస్వామ్య శైలులు అనేక ప్రయోజనాలను అందిస్తాయి. అవి:

- నృత్యకారులకు రెండు వేర్వేరు శైలులను అభ్యసించడానికి మరియు అనుభవించడానికి అనుమతిస్తాయి.
- నృత్యకారులకు వారి నృత్యానికి మరింత శక్తి మరియు వైవిధ్యాన్ని జోడించడానికి సహాయపడతాయి.
- నృత్యకారులకు వివిధ సంస్కృతుల మరియు కళాత్మక సంప్రదాయాల గురించి తెలుసుకోవడానికి సహాయపడతాయి.

మీ సంతకం శైలిని కనుగొనడం: నృత్యం ద్వారా మీరే వ్యక్తీకరించడం

పరిచయం

నృత్యం అనేది ఒక సమగ్ర కళ. ఇది శరీర కదలికలు, సంగీతం మరియు భావోద్వేగాలను కలిగి ఉంటుంది. నృత్యం ద్వారా, మనం మన అనుభవాలను, ఆలోచనలను మరియు భావాలను వ్యక్తీకరించవచ్చు.

మన సంతకం శైలి అనేది మన నృత్యానికి ఒక ప్రత్యేకమైన ముద్ర. ఇది మన వ్యక్తిత్వం, ఆసక్తులు మరియు ప్రాధాన్యతలను ప్రతిబింబిస్తుంది.

మీ సంతకం శైలిని కనుగొనడం అనేది మీ నృత్యాన్ని మరింత సృజనాత్మకంగా మరియు ఆనందించేలా చేయడానికి ఒక గొప్ప మార్గం. ఇది మీరు మీ నృత్యం ద్వారా మరింత సమర్థవంతంగా మరియు శక్తివంతంగా వ్యక్తీకరించుకోవడంలో మీకు సహాయపడుతుంది.

మీ సంతకం శైలిని కనుగొనడానికి కొన్ని చిట్కాలు:

- వివిధ శైలులను ప్రయత్నించండి. వివిధ శైలులను అభ్యసించడం మీకు మీకు ఇష్టమైన శైలిని కనుగొనడంలో సహాయపడుతుంది.
- మీ వ్యక్తిత్వం మరియు ఆసక్తులను పరిగణించండి. మీరు ఏమి ఇష్టపడతారు? మీరు ఏమి చేయడానికి బాగా చేస్తారు? మీ వ్యక్తిత్వం మరియు ఆసక్తులను మీ నృత్యంలో ప్రతిబింబించడానికి ప్రయత్నించండి.

- ఇంప్రొవైజ్ చేయండి. ఇంప్రొవైజేషన్ అనేది మీ సంతకం శైలిని కనుగొనడానికి ఒక గొప్ప మార్గం. సంగీతంతో మీ శరీరాన్ని అనుసరించండి మరియు మీకు ఏమి వస్తుందో చూడండి.

మీ సంతకం శైలిని కనుగొనడానికి సమయం పడుతుంది. కాబట్టి,ఓపికగా ఉండండి మరియు ప్రయోగాలు చేయడానికి భయపడకండి.

మీ సంతకం శైలిని కనుగొన్న తర్వాత, దానిని పెంపొందించడానికి మరియు మెరుగుపరచడానికి కృషి చేయండి. కొత్త కదలికలను నేర్చుకోండి, మీ టెక్నిక్‌ను మెరుగుపరచండి మరియు మీ స్వంత ప్రత్యేకమైన శైలిని అభివృద్ధి చేయడానికి కృషి చేయండి.

మీ సంతకం శైలి అనేది మీ నృత్యాన్ని మరింత సృజనాత్మకంగా మరియు ఆనందించేలా చేయడానికి ఒక గొప్ప మార్గం. ఇది మీరు మీ నృత్యం ద్వారా మరింత సమర్థవంతంగా మరియు శక్తివంతంగా వ్యక్తీకరించుకోవడంలో మీకు సహాయపడుతుంది.

మీ హొరిజోన్లను విస్తరించడం: కొత్త శైలులు మరియు టెక్నిక్‌లను నేర్చుకోవడం

పరిచయం

నృత్యం అనేది ఒక సమగ్ర కళ. ఇది శరీర కదలికలు, సంగీతం మరియు భావోద్వేగాలను కలిగి ఉంటుంది. నృత్యం ద్వారా, మనం మన అనుభవాలను, ఆలోచనలను మరియు భావాలను వ్యక్తీకరించవచ్చు.

మన నృత్యాన్ని మరింత సృజనాత్మకంగా మరియు ఆనందించేలా చేయడానికి ఒక గొప్ప మార్గం ఏమిటంటే కొత్త శైలులు మరియు టెక్నిక్‌లను నేర్చుకోవడం. కొత్త శైలులను నేర్చుకోవడం వల్ల మనకు కొత్త కదలికలు, భావోద్వేగాలు మరియు సృజనాత్మకతను కనుగొనడానికి అవకాశం లభిస్తుంది.

కొత్త శైలులు మరియు టెక్నిక్‌లను నేర్చుకోవడానికి కొన్ని కారణాలు:

- మీ నృత్య శ్రేణిని విస్తరించండి. కొత్త శైలులను నేర్చుకోవడం వల్ల మీరు మరింత సృజనాత్మకంగా మరియు సౌకర్యవంతంగా నృత్యం చేయగలరు.
- మీ నృత్య సామర్థ్యాలను మెరుగుపరచండి. కొత్త శైలులను నేర్చుకోవడం వల్ల మీరు మీ ఫుట్‌వర్క్, బ్యాలెన్స్ మరియు కోఆర్డినేషన్‌ను మెరుగుపరచగలరు.
- మీ వ్యక్తిగత శైలిని అభివృద్ధి చేయండి. కొత్త శైలులను నేర్చుకోవడం వల్ల మీరు మీ స్వంత ప్రత్యేకమైన శైలిని అభివృద్ధి చేయడానికి మీకు సహాయపడుతుంది.

కొత్త శైలులు మరియు టెక్నిక్‌లను నేర్చుకోవడానికి కొన్ని చిట్కాలు:

- ఓపికగా ఉండండి. కొత్త శైలులను నేర్చుకోవడానికి సమయం మరియు కృషి అవసరం.

- ప్రయత్నించడానికి భయపడకండి. కొత్త శైలులు మరియు టెక్నిక్‌లను ప్రయత్నించడానికి భయపడకండి. మీరు తప్పులు చేస్తారు, కానీ అది మీరు నేర్చుకునే భాగం.

- మీ వ్యక్తిగత శైలిని కనుగొనండి. కొత్త శైలులను నేర్చుకోవడం వల్ల మీరు మీ స్వంత ప్రత్యేకమైన శైలిని అభివృద్ధి చేయడానికి మీకు సహాయపడుతుంది.

www.ingramcontent.com/pod-product-compliance
Lightning Source LLC
LaVergne TN
LVHW020435080526
838202LV00055B/5199